Dear Alex,

Break na kami.
Paano?!

Love, Catherine

Dear Alex, Break na kami. Paano?! Love, Catherine

ALEX GONZAGA

ABS⦿CBN PUBLISHING INC.

Dear Alex,
Break Na Kami. Paano?!
Love, Catherine

Editor and Co-Writer Grace Libero-Cruz
Creative Director Karl F.M. Castro
Calligraphy Alexis Ventura
Editorial Assistant Anzenne Robert Roble

President Ernesto L. Lopez
Managing Director Mark J. Yambot
Content Director Christina N. Lopez
Head, Special Projects Kristine Hernandez
Publisher Alexie Renz M. Cruz

Pre-Press Production Manager Andy Lizardo
Pre-Press Sales Manager Teresita C. Bayani
Digital Imaging Supervisor Gil Cargason Jr.
Digital Artists Zaldy Aguirre
Production Coordinator Jouie Mar Doca
Purchasing Officer Arnel C. Bon

Head, Narrowcast and DTT Channels Antonio S. Ventosa
Sr. Finance Officer-Narrowcast Myca G. Ramos

Special thanks to Mr. Johnny Manahan and Ms. Mariole Alberto

On the Cover
Photography Xander Angeles
Makeup Albert Kurniawan
Hairstyling Redd Paule
Styling AJ Alberto
Nail grooming The Nail Shoppe (2/F 115D Panay Ave., Quezon City)

ISBN 978-971-816-122-7

Published by

ABS◉CBN
PUBLISHING INC.

8F ELJCC Building
Mother Ignacia St. cor. Eugenio Lopez Drive
Quezon City, Philippines

Contents

Chapter 4: #LGMO – Let Go, Move On

Chapter 5: Single But Not Alone, And Definitely Not Lonely

Chapter 6: Note To Self

foreword

It's normal for Alex to just waltz in my room and make me kwento about how her day went, who was nice to her and who wasn't, or what made her day and what didn't.

But there was one particular night na hindi ko makakalimutan. She walked into my room and told me, "Ate, may magpa-publish na ng book ko!" Her face lit up, like the book was already a *New York Times* best seller. She was so excited and happy, the kind of happiness na alam kong nobody can take away from her.

That's Catherine, my sister. Mas kilala n'yo s'ya as Alex. She sees the brightest ray of light in any given situation. And when I lose faith sometimes, she would always be the sounding board, reminding me, "Ano ka ba, ate, may ibang plano si Lord," "Baka God's will," or "Basta may dadating na mas maganda." She's always hopeful, even when things seem hopeless—even when it comes to her love life, which actually confuses me at times kasi parang minsan wala naman talagang nangyayari pero para sa kanya, MERON! MERON! MERON! Marunong lumaklak ng realidad si Alex, pero minsan adik din talaga s'ya sa pag-asa.

You might be wondering kung ano'ng meron si Alex. Bakit ko ba babasahin ang book n'ya—let alone listen to her words of wisdom or pieces of advice? Yes, my sister's personal life, especially her love life, was never broadcast or sensationalized on national TV. People didn't really know her personal struggles and love problems. People always thought she had it easy, that her career and her personal life are such a breeze. Let me tell you something.

Growing up, since I was the first one to boldly ask my parents that I wanted to pursue my dreams of being in showbiz, they dropped everything to support and guide me. Minsan naiisip ko, kawawa din pala si Catherine dati kasi lahat ng attention napunta sa'kin. She would always be on the side, naka-support lang lagi sa pangarap ko, not knowing she had her own dreams as well. But she never showed me any sign of hatred or jealousy. She was always the best cheerleader. She still is.

I didn't know what she was going through—when she started liking boys, having crushes and eventually getting her heart broken. Until one time, I saw her under her bed, nag-breakdown s'ya dahil sa sobrang heartache. I was also frustrated with my love life at that time. That was the moment I realized I have to open up to my sister, and that bonded us ng sobra.

I've seen her trials and errors in the love department, and I'm always surprised by how she would pick herself up every time she would fall down from a breakup. She doesn't get tired of standing up over and over again, even if minsan nakikita ko na napapagod na s'ya. She would ask me, "Kailan dadating ang Paul ko, ate? Bakit lahat mali?"

Catherine is the type of person who would always ask for advice, but she would just collect all of them and still end up doing things her own way. She wants to learn things the hard way, and you know she really did.

At 26, Alex knows what she likes, wants, needs, loves, and deserves. You can learn a thing or two from her. You'll find her stories and insights funny. Alex is as real as you can get. She doesn't filter what she says and feels, and she will definitely not lie to you. Read her story and her pieces of advice, and learn from her mistakes.

TONI GONZAGA

1

Love, Lies AND Heartbreaks

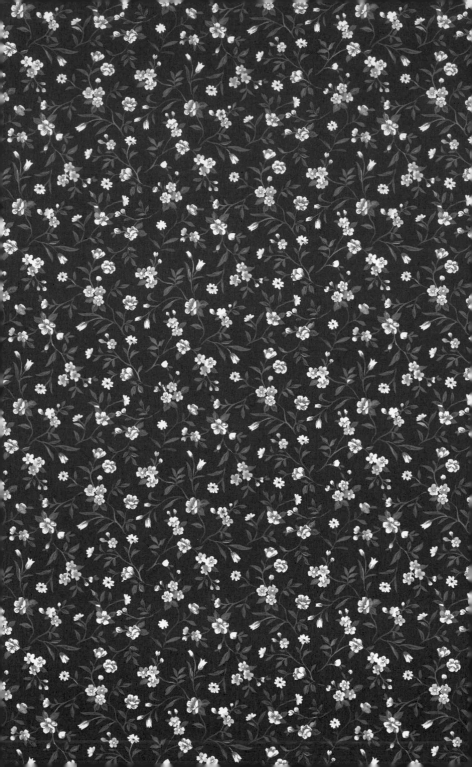

Dear Alex,

Kamusta ka na? You must be very busy these days. Buti naman. Malungkot ka kasi nu'ng mga nakaraang buwan. But good for you, you seem a lot better now. I'm happy for you.

Buti ka pa. I wish I can tell myself the same thing.

Paano mo nagagawang ngumiti at tumawa?

Hindi ka na ba nasasaktan?

Naka-move on ka na ba talaga? Paano?!

Kakayanin ko din kayang gawin ang mga ginawa mo?

Sorry. Ang dami kong tanong. Gulong-gulo ako.

Break na kasi kami. Single na naman ako. Ang hirap mag-umpisa. Hindi ko alam kung saan at paano mag-uumpisa uli.

I know, I should move on and let go. 'Yan din ang paulit-ulit na sinasabi sa'kin ng family and friends ko. Pero alam mo naman, that's always easier said than done. Lalo na para sa isang katulad ko na ilang beses nang nagpakatanga at nagbulag-bulagan dahil sa pesteng love na 'yan. Hindi kasi ako matuto-tuto.

Dapat daw ang motto ko (at nating lahat) ay YOLO: You Only Live Once, You Only Love Once, and You Only Love One—because we're only meant for The One. Na ang ratio pagdating sa pag-ibig ay 1:1 (one is to one, one and only). Pero, without me realizing it, ang ginawa ko eh collect and collect then select. Pili nang pili, nauwi sa bungi. Pasaway, 'di ba? 'Yan tuloy, ang na-collect ko ay heartaches.

Hindi pala talaga madaling mahanap si The One. Hindi s'ya isang meal sa fast food chain na pagka-order mo, after a few minutes...voila! Siguro nga the thrill really is in the chase. And isn't that exactly what's going to make him worth the wait? Pero sa kagustuhan kong ma-meet s'ya agad, in my own timing and pacing, I ended up dating three wrong ones.

Alam ko parehas tayo ng pinagdaanan, pero para mas maintindihan mo ang pinanggagalingan ko, eto ang kwento ko...

Love,
Catherine

The Story of Catherine (Version 1.0)

*'Pag in love ka kasi, minsan nakakulong
ka na eh. Para kang nasa loob ng bahay
ni Big Brother, 'yun na ang mundo mo*

Hopeless romantic ako. Seven years old pa lang ako nu'ng na-realize ko 'yun. Simple signs: I would always watch romantic movies at bumibili ako ng magazines 'pag nakikita ko na may articles na tipong "How to Kiss a Guy," "How to Tell a Guy You Love Him," o "3 Ways to Tell if a Guy Loves You." Kahit mahal ang magazine, nagse-save talaga ako from my allowance at pinag-iipunan ko 'yun; kahit back issue, binibili ko!

Bata pa lang ako, lagi ko nang naiisip na gusto ko magka-boyfriend. Naiisip ko, "Ano kayang itsura ko 'pag may asawa na ako?" Gusto ko 'yung parang love story ng mommy ko na first and last boyfriend n'ya si daddy at 21 (Actually, sa pamilya namin, uso ata 'yang "first and last," ako lang ang madaming naka-date. Paano?!).

Nu'ng nag-high school ako, s'yempre nagdadalaga, excited talaga ako magka-boyfriend. Gusto ko talaga ma-experience magkaroon ng romantic relationship. Curious ako sa pakiramdam ng pagiging in love. Ang kaso lang, hindi ako ligawin dati siguro dahil nakikita ako ng mga lalake as one of the boys. Late bloomer ako eh (Pero in fairness, sabi ng ex ko, sa lahat ng schoolmates namin, ako naman daw talaga ang pinaka-nag-bloom).

When we were in third year high school, tinatanong ako ng friends ko, "Cathy, ano'ng course ang kukunin mo?" Ang sagot ko sa kanila, "Guys, nakikita ko ang sarili ko na nag-go-grocery." Tinatawanan nila ako, pero hindi ako nagbibiro. Seryoso ako na 'yun ang pangarap ko. Butihing housewife talaga ang gusto ko (Wala kayo pakialam sa iniisip ko! Haha).

Pero tuwing may nanliligaw sa'kin na paisa-isa, hindi ako makaarte ng tama sa harap nila. Siguro dahil sobra kong naiisip na I want to be in that situation, 'pag and'yan na, kinakabahan na ako.

Many girls will probably say na 'yung kilig, getting-to-know-each-other stage ang favorite nilang ma-experience. But if you will ask me, ang favorite ko eh 'yung stage na comfortable na talaga kami sa isa't-isa nu'ng guy—na kahit hindi kami palagi nagkikita o nagkaka-text, alam namin na kami pa din. Hindi ko ine-enjoy 'yang getting-to-know-each-other stage na 'yan. Every time na may dine-date ako, nagfa-fast-forward na agad ako. Kahit first date pa lang, nagpapakita na ako ng less poised side ko (e.g. nangungulangot at nagflo-floss na ako sa harap niya) at super comfortable na ako.

At first natutuwa 'yung guy sa candidness ko, although hindi din nagtatagal 'yung ganu'ng scenario, kasi minsan pinipilit ko lang maging comfortable. Ayaw na ayaw ko ng ligawan stage[1] na awkward 'yung feeling n'yo sa isa't-isa. Gusto ko na agad 'yung level of convenience and being

---

1   Sa ligawan stage, kapag ang lalake eh napakabilis magsabi sa'yo ng "Mahal kita" o "I love you" kahit hindi pa kayo masyado nagkakakilala, beware, because you might be talking to a hustler or playboy. Sabi ng daddy ko, ang lalakeng totoo ang nararamdaman para sa'yo, hindi 'yan makakapagtapat agad kasi takot 'yan sa rejection. 'Wag ka agad maniwala kasi kung mabilis n'yang nasabi, p'wedeng mabilis n'ya din mabawi. Kasi ang totoo, mahirap sabihin. Or, maybe he really feels that way at that moment, but it's just the chase he's really after, at 'pag tapos na ang chase, maaaring iwanan

comfortable na 'pag sinabing "Catherine," kadugtong na agad 'yung name ng guy.

Package deal.

Kaya lang, masyado atang mabigat na package 'yan, kaya hindi madeli-deliver. Till now nasa waiting list pa din.

Ano'ng laman ng package? Etong tatlong excess baggage na ito...

Excess Baggage #1: The First (and Last?) Love

When you're young, it's easy to confuse crush or infatuation with true love, especially kung katulad kita na hopeless romantic. Pero kahit alam mo na confusing matter s'ya, mahirap pa din talagang i-distinguish ang totoong love sa hindi, especially when you find yourself in that situation na may gustong-gusto kang guy at hirap na hirap kang pigilan ang nararamdaman mo. And I know exactly how that feels.

When I entered college, mas lalo akong na-excite na magkaroon ng love life. Kaya imagine how happy I was when I found out there was this guy na sabi ng friends ko eh nagkakalat daw ng balita na "girlfriend n'ya ako pero hindi ko pa alam." Oh.my.gosh! S'yempre kilig na kilig ako dahil mukhang malapit na akong magka-boyfriend, so ang sarap ng feeling. Kahit hindi pa talaga kami nagkakakilala formally, in my mind, may gusto na agad ako sa kanya.

---

ka na lang n'ya basta-basta, at maghanap ng ibang babae na mas challenging for him.

Finally, nagpakilala s'ya sa'kin. Pero nu'ng nakilala na n'ya ako, aba, nag-back out sa panliligaw ang buwisit! Bakit? Kasi hindi pa daw s'ya ready sa katulad kong sobrang good girl.

Even so, naging friends pa din naman kami. Pero, umaasa pa din ako na baka may future kami. I was secretly telling my girl friends na magiging kami. May mga pumoporma sa'kin pero wala akong pakialam sa kanila. Masama man, 'yung ibang guys, ine-entertain ko lang para makarating sa kanya na may nanliligaw sa'kin, hoping na, like in the movies, he will come rushing to me and tell them "She's mine." Pero hindi nga pala ako bida sa isang romantic movie, kaya walang nangyaring scene na ganu'n.

May mga times na around six months kaming hindi nag-uusap pero s'ya pa din talaga ang gusto ko. Naiiyak ako sa mga romantic movies, 'yung katulad ng *One More Chance*, kasi feeling ko istorya namin 'yun. Naging malaking parte s'ya ng pagkatao ko at that time, to the point na kilala na s'ya ng mga ka-trabaho ko noon kasi palagi ko s'yang ikinukuwento.

Finally, naging kami. I wouldn't say it was terrible all throughout. Naging masaya naman kami. Pero wala pang one year nag-last ang pinakamatagal na relationship namin. On-off, on-off kasi kami eh. Oo, alam ng mga tao na kami. Nangyari nga with him 'yung gusto kong tipong couple na package deal eh. It may have looked like we were okay, but whenever I was alone, I would feel that something was missing, that he wasn't The One for me— especially since sa loob ng one year na 'yun, ilang beses ko pa s'yang nahuling nag-cheat. One time, habang busy ako sa taping, tumawag sa'kin 'yung friend ko:

FRIEND: Cathy, nasaan 'yung dine-date mo?

ME: Natutulog na.

FRIEND: Ay, hindi! Andito s'ya sa isang bar sa Ortigas. May kasama s'yang babae.

Pumunta pa talaga ako du'n sa bar, at binatuk-batukan ko pa 'yun. With this guy, I've experienced a lot of things. Na-experience kong maging kabit kasi nagka-girlfriend s'ya pero nakikipag-fling s'ya sa'kin—worse, okay lang sa'kin. Na-experience ko na nililigawan n'ya ako pero binabalikan n'ya 'yung ex n'ya. Na-experience ko na apat kaming pinopormahan n'ya. Na-experience ko na magpakababa, at nagawa kong sugurin at awayin s'ya in public.

Naiisip ko noon na baka kaya nangyari 'yun eh dahil bata pa kami, na baka nag-e-explore pa s'ya, at 'pag nag-mature s'ya, mare-realize din n'ya na ako talaga ang gusto n'ya.

For six years, s'ya lang talaga ang gusto ko. Sa isip ko, s'ya ang "first and last boyfriend" ko. Pero dumating ang point na nahirapan na talaga akong maging masaya sa relationship namin, hanggang sa naghanap na ako ng ibang guy para magpakilig[2] man lang sa'kin. May mga times nga na mas gusto ko na kasama 'yung guy na 'yun; I looked forward more to seeing him than my boyfriend.

Pero gustong-gusto ko 'yung feeling na in love ako dito sa first boyfriend ko eh. There were ways by which

---

2 Girls, kung hindi na kayo kinikilig sa boyfriends n'yo ngayon pa lang, paano pa 'pag mag-asawa na kayo at magkasama for the rest of your lives? Dapat at the end of the day eh kinikilig pa din kayo sa isa't-isa.

pinaparamdam talaga sa'kin ni God na hindi s'ya for me, pero pilit kong sinasabi sa sarili ko na s'ya ang happily ever after ko. There were many signs which proved na hindi kami bagay sa isa't-isa. Pero, ano'ng ginawa ko? Hindi ako nakinig. Nagmatigas ako. That was my biggest mistake. That's why it took me six years to realize that this guy wasn't really The One for me.

You know what he is to me? He's my first heartbreak. And sadly, he wasn't the last.

● ●

'Pag nagpipigil, lalong nanggigigil.
'Pag pinipilit, lalong namimilipit

● ●

EXCESS BAGGAGE #2:
THE SECOND BEST OPTION

AFTER MY FIRST BOYFRIEND AND I BROKE UP, I TRIED dating. Wow, ang ganda ko! Ang daming biglang nanliligaw at pumoporma sa'kin. Ang daming nagpapadala ng kung anu-ano. Girls, ang sarap-sarap ng feeling na ang daming nanliligaw sa'yo, na isang tweet mo lang na gusto mo ng doughnut, may apat na na magpapadala sa'yo. Pero after six months of being out there in the dating world, eto na naman ang pasaway, bumabalik 'yung old Cathy. I wanted to get back together with my ex so badly. So I talked to him, but he told me na may girlfriend na s'ya. Ouch. Nasaktan talaga ako, kasi after all these years na naging friend *at* girlfriend n'ya ako, pinili n'ya pa din ang ibang babae over me. Ang dami kong tiniis na babae para sa kanya. How dare he?!

Sa sobrang hurt ko, sinagot ko tuloy 'tong nanliligaw sa'kin. Kahit ayoko talaga s'ya nu'ng una, I tried na gustuhin s'ya in hopes na maka-move on ako. Perhaps I needed someone to boost my bruised ego, too.

Itong second boyfriend ko, ibang-iba s'ya sa ex ko. Completely different. Unang-una, 'yung first ko, nag-aaral pa, ito nagta-trabaho na. Pangalawa, hindi s'ya katulad nu'ng first ko na madaming babae. Pangatlo, best foot forward talaga s'ya. Simula pa lang namin, maganda na. Maayos ang treatment n'ya sa'kin. I felt he really cared about me. Siguro alam n'yang hindi ko s'ya masyado gusto kaya nag-e-effort s'yang maging sobrang bait sa'kin. Haha. Isang sabi ko lang, and'yan na s'ya. Tinalikuran n'ya pa ang friends n'ya for me.

But because I knew in my heart na pinilit ko lang s'yang gustuhin para maka-move on at makaganti sa ex ko, every time mag-isa ako, I wasn't happy. I knew he wasn't The One yet. But because nararamdaman ko na takot akong mag-isa uli, I decided to stay in the relationship. Plus, my ex had a girlfriend na during that time, so iniisip ko dapat tie kami, so dapat may boyfriend naman ako (Observe the way I was thinking. Super mali, because I entered a relationship to compete with my ex).

Eh 'di ba nga may tendency ako to fast-forward the relationship, so whenever I would try to imagine our future together—maybe 10 years down the line—hindi ko nagugustuhan 'yung nakikita ko. Pero p'wede na. P'wede na—settling ang tawag d'yan which is, of course, not good.

At dahil nga hindi ako masaya sa kanya, lagi ko s'yang binabago—mag-ganito ka, mag-ganyan ka, bawal ka mag-ganyan, palitan mo porma mo...Naghahanap ako ng mga dahilan para hindi ko siya magustuhan completely. Du'n sa first guy, mahaba ang patience ko. Pero dito sa second, konting kanti lang, nagagalit na ako.

Palagi akong nakikipag-break sa kanya hanggang sa hindi na n'ya nakayanan at pumayag na s'yang makipag-break. Although I wanted that to happen, nagulat ako sa naramdaman ko. I felt like a lost sheep.

I tried na makipagbalikan sa kanya. Super buy at watch ako ng Internet videos (na around $150 ang bayad!) on topics like "How to Win Your Ex Back in 8 Steps" o "8 Magic Words to Catch the Attention of a Man." Ako naman, uto-uto, patol nang patol. Carried away pa talaga ako sa client testimonials na kasama, like "In just 2 weeks, I got my ex back. I thought it was impossible!" Sumusulat pa ako sa mga online communities, "Help!!! I've been dating a guy..." tapos may sasagot naman sa'kin ng "Just hold on, girl!"

Whew! My efforts paid off. Nakipagbalikan s'ya sa'kin, at ginusto ko din na bumalik s'ya. But something happened.

When we were still together, he wanted to go to Boracay but I didn't allow him. When we broke up, he booked a trip going there. But before he left, we agreed na mag-aayos kami pagbalik n'ya. Sinabi pa nga n'ya sa friends n'ya na after his trip, he'll get back with me na. Bago s'ya umalis, nag-usap pa kami sa phone. I even told him to behave there. Binilihan ko pa s'ya ng gift kasi magbe-birthday s'ya! Paano?!

This happened at the time na kakabalik ko pa lang sa ABS-CBN. I was going to be launched as a Kapamilya on *ASAP*, so sabi ko sa kanya, umuwi na s'ya para mapanood n'ya ako. Sabi n'ya, that night pa lang s'ya makakauwi, so sa *Gandang Gabi, Vice!* na lang daw n'ya ako papanoorin. Pero sabi ko sa kanya, "Kung hindi ka uuwi ngayon, bahala ka! Hiwalay na talaga tayo." Pagkababa ko pa lang ng phone, dumating sa dressing room 'yung stylist ko, at sabi n'ya, "Hoy, balita ko si ano may hinalikan daw sa Boracay!" So tinawagan ko s'ya:

ME: May hinalikan ka daw sa Bora?
MY EX: Well, you know me, I'm different when I'm single. And I'm single naman now. Technically.

Grabe! Ibang klase, 'di ba?! Galit na galit ako. Feeling ko ang tanga-tanga ko. Ang sasakit ng mga sinabi ko sa kanya. Peste! 'Yung gift ko dapat sa kanya eh pinapalitan ko at ibinigay ko na lang kay mommy! Totoo, break naman talaga kami at that time, pero feeling ko, dahil hindi ako totally nag-heal from my previous relationship, 'yung galit na naramdaman ko eh para pa din du'n sa unang boyfriend ko. A week later, I found out may girlfriend na s'ya.

The pain I felt doubled kasi I was thinking na baka sa'kin ang mali. "Why are they cheating on me? Ako ba ang may problema?" Hindi pa nga ako totally over sa pagchi-cheat nu'ng first guy. And this second guy knew all the pain I went through—still, ginawa pa din n'ya sa'kin 'yun. Grabe, sobrang slap in the face! Ako na nga itong pumilit sa sarili ko na gustuhin s'ya tapos ginawa pa n'ya sa'kin 'yun? I went crazy after. Lost talaga. Mixed emotions. Ginusto ko s'yang gantihan. Ginusto ko s'yang balikan. Ginusto ko s'yang patawarin. Ginusto ko s'yang siraan.

The beginning of our story may have been beautiful, but the ending was ugly. Soon after we broke up, he started dating around, so I couldn't help but think it was good riddance. But, of course, during that time, hindi ko talaga matanggap ang nangyari sa'min.

• •

You don't fall in love because you're lonely.
You fall in love because you're ready

• •

Excess Baggage #3:
The Marrying Kind

During the time I was trying to figure out whether my ex was just in a rebound relationship or not, I met some guys. At kahit hindi ko ina-admit sa sarili ko, I knew I was also on the lookout for a rebound relationship of my own.

While I was out there in the dating world, there was one who particularly caught my attention kasi feeling ko mai-in-your-face ko 'yung exes ko with this guy. Again, alam kong hindi pa ako ready makipag-date uli (proof: ilang beses ko natawag itong guy na ito sa pangalan ng second ex ko), pero pinatos ko pa din.

This third guy I dated, mid-30s na s'ya nu'n. The thing is, at his age, ang mindset n'ya ay nasa pagse-settle down na. Eh that was exactly what I wanted from the beginning, 'di ba? I thought I finally found the guy who was meant for me, because he had the same goal as mine. He even told me, "Maybe you're the girl I'm looking for, because you're unique." Although ready na s'ya for a long-term commitment, he couldn't seem to commit to me.

Then again, I knew for a fact that this guy was just my rebound—so parang okay lang sa'kin 'yung dating palang kami. But because I liked the idea of having someone special (and again, someone who I thought was better than my exes), I ignored the obvious deal breakers na nakita ko at nakita ng maraming tao sa paligid namin. Because I blinded myself, napaniwala ko ang sarili ko na I can live with those deal breakers, thinking he was The One na talaga for me. He was my dream guy after all. I enjoyed daydreaming about our future together. I was so in love with the idea of him being my boyfriend na kahit everyone thought hindi kami bagay, we were still trying to make it work somehow.

Gusto daw n'ya na mga after two years, nasa engagement stage na kami. First time kong nakakilala ng ganu'ng guy. For a moment, I felt relieved because we wanted the same thing. Baka s'ya na nga. During the time na pinag-uusapan namin ito, super kilig na kilig ako.

Pero kahit napag-uusapan na namin 'yung mga ganu'ng bagay, we took our time sa stage 1 of getting to know each other, which I didn't normally like to do. At that point, I realized he's the type of guy na kapag nakipag-break ka sa kanya, break na talaga kasi ayaw na n'yang mag-waste ng time.

But as we went on dating each other, I realized our relationship wasn't moving forward and our connection wasn't getting any deeper. I was so afraid to continue. I was scared of getting hurt again, for the third time! Parang 'di ko na kaya mag-take ng risk.

Palagi akong kinakabahan kung masasaktan na ba ako o kung ito na ba 'yung ending namin. I wasn't sure where the relationship stood, and it was so exhausting and stressful to live with, 'yung tipong lagi kang on the lookout kung maghihiwalay na ba kayo. Thank God, He gave me the courage and grace to face the ticking bomb of our relationship.

One time, we were watching a movie then I blurted out, "I think we should start dating other people." Eh s'ya pa naman 'yung type ng guy na 'pag nakipag-break ka sa kanya, hindi ka na n'ya babalikan, na baka kahit magpakamatay ka sa harap n'ya eh wala pa din s'yang pakialam sa'yo. Then he asked me, "Do you still want to watch the movie?" I said, "Yeah." It was the movie na I cried sa lahat ng scenes kahit pa *Thor: The Dark World* s'ya. Without saying more, na-feel ko na he agreed with me.

Sabi nga ni Beyoncé, You have to have a life before you become somebody's wife the

2

anatomy

of a Breakup:
is it worth the fight, or
should you just
take flight?

WHAT WENT WRONG
(WHY MY LOVE STORIES ENDED THE WAY THEY DID)

*'Wag patulan ang kung sinu-
sino lang na and'yan. Hintayin
mo si The One—#AlexAdvice*

AFTER "BREAKING UP" WITH THE THIRD GUY I DATED, there I was again: Back to square one. 'Yung plan ko na ma-in-your-face 'yung dalawang ex-boyfriends ko eh hindi nangyari. Nahiya ako sa dalawang exes ko kasi hindi ko pa din nagawang makapag-work out ng romantic relationship. At the same time, naawa ako sa sarili ko. I hated that feeling na single na naman ako. I'm already 26 years old and yet I'm still single.

Nu'ng "nag-break" kami (hindi naman kasi natuloy maging kami) nu'ng third guy, nahirapan talaga ako. Lalo na, three months prior to dating him eh down na down pa ako sa second ex ko. Tapos bago pa man ako magkaroon ng third boyfriend, parang history repeated itself lang. Ano ba ang problema sa'kin? Nasa akin nga kaya ang problema? Kadalasan kasi ako ang unang nakikipag-break pero they would always end up agreeing with my decision. Could it be that they were also just waiting for me to initiate the breakup?

Then I remembered a conversation I had with the last guy I dated:

GUY: Cathy, para makita mo 'yung The One mo, you should be kissing so many frogs.

ME: No!!! I shouldn't be kissing many frogs. I should just be kissing my prince. Baka may crocodile pa akong mahalikan sa swamp. A big no!

Okay, that may be too late in the game. I have been involved with three frogs already, and none of them turned out to be my prince charming. Bakit nga ba hindi nag-work out ang mga relationships na pinasok ko?

My "I-Push Mo Pa" at "Tanga-Tangahan" Attitude
The Case of Excess Baggage #1: The First (and Last?) Love

WITH MY FIRST BOYFRIEND, 'YUNG FACT NA HINDI S'YA true love eh kitang-kita na sa umpisa pa lang. Para s'yang accident waiting to happen. Ang bigat ng red flags when we were starting our relationship: 1) Hindi s'ya gusto ng parents ko, 2) He said so himself na hindi pa s'ya ready to date someone like me, and 3) I caught him flirting with other girls and cheating on me several times.

But I guess I was too blinded by the notion that like my mom, I, too, can find a great man who will be my first and last love. At dahil itong guy na ito ang kauna-unahang nag-express ng serious interest sa'kin, I was trying hard to build the foundation of the relationship and make it work so it could fit the fairytale-like scenario I had in mind.

Ang daming nagtatanong sa'kin noon kung bakit pa ako nagki-cling dito sa guy na ito kahit may mga times na hindi na nga kami nag-uusap. Ang palaging sagot na naiisip ko eh, "Ayaw ko na bumalik du'n sa Cathy na single."

Dahil nga hopeless romantic ako, I was in love with the idea of love—na mala-fairytale ang effects, *a la* Disneyland fireworks spectacular. But then the sparks faded into thin air, at nagising ako sa katotohanan.

Love is a much more complicated thing pala. Hindi s'ya picture-perfect as I envisioned and dreamed it would be. At madaming babaeng katulad ko na kahit alam nila deep down in their hearts na hindi na p'wede, ipinipilit pa din nila even though they know it's best to just leave the guy. Madaming babae ang ayaw mag-let go kahit hindi na sila masaya kasi takot sila lumabas sa fantasy world nila and go back to the real world.

Like, in our case, on-off ang relationship namin. There were times we won't talk with and see each other for months, pero 'pag nagka-text na kami uli, we would be back together in no time. I would feel comforted because I was back in my comfort zone kaya mabilis ako makipagbalikan sa kanya. I would tell my friends na mahal ko kasi talaga s'ya, not realizing I was merely holding on to the idea of him being The One.

However, inevitably, there came a point when we felt we were just dragging the relationship. We knew we were just staying together because we were both afraid to step out of our comfort zone—for good. Ginusto ko na s'yang iwanan kasi hindi na ako masaya, pero nahirapan akong gawin. S'ya na ang nakasanayan ko eh. You know what they say, old habits die hard. Andu'n 'yung fear ko na mag-isa uli; ayoko na 'yung tipong single and ready to mingle status—more so because I have this goal na by 28 years old, I should be settling down.

Eventually, nawalan na kami ng gana sa isa't-isa, so we broke up. After a few months, I wanted to get back with him but I found out he already had a girlfriend.

'Pag iniisip ko ngayon 'yung first boyfriend ko, hindi ko talaga maintindihan kung bakit ko ba s'ya nagustuhan in the first place. Minsan magka-text pa din kami, pero hindi ko na s'ya kayang balikan. Tingin ko sa kanya eh parang 'yung Tomi chips. Masarap s'ya sa panlasa, oo. P'wede ko s'yang kainin anytime. Pero 'pag nakatikim na ako ng Cheetos, eh du'n na ako sa Cheetos! The relationship was really childish.

When I think about those times na kilig na kilig at sweet na sweet ako sa kanya, natatawa na lang ako. Mukha akong tanga. Dapat nu'ng time pa lang na sinabi n'ya sa'kin na he wasn't ready to date a girl like me, I should've stopped there. Pero I pushed it pa din kahit hindi dapat. I entertained the idea pa of having him as my boyfriend. Although he and our relationship helped shape who I am today, I think the entire relationship was a mistake. Ang tanga ni Catherine.

A relationship you keep on hiding is not worth keeping daw. So, anything done in the dark and in secret... is evil!!! LOL!

My "Pilit" and "P'wede Na" Attitude
The Case of Excess Baggage #2:
The Second Best Option

Kung 'yung first guy eh Tomi, eto naman parang Piattos. Okay, sige, mas masarap s'ya sa Tomi. Pero kung p'wede naman ako mag-steak, bakit pa ako magse-settle sa chichirya? Eh masama pa din naman 'yun sa katawan. But I didn't care. I rushed into a decision, without thinking about what it would cost me.

When this guy entered the picture, hindi talaga ako ready makipag-relationship. Pero sinagot ko s'ya because I was seeking some sort of revenge on my ex. Akala yata kasi ng ex ko eh wala nang magkakagusto sa'kin, but he was so wrong. The mere fact na, after ending things with him, nalaman n'yang may nagkagusto sa'kin at medyo na-bother s'ya du'n is, I think, a bit of revenge already. Pero hindi pa ako nakuntento, ipinilit ko pang gustuhin itong second guy—kahit na ang dami kong ayaw sa kanya—in hopes na maka-move on ako.

> 'Wag kang makulit. Kung alam mo na ngang hindi p'wede, 'wag mo na i-push!

Apart from that revenge factor, sinagot ko din s'ya because I thought sobrang bait n'ya. Best foot forward nga s'ya, 'di ba? 'Yun pala, sa umpisa lang 'yun. P'wede din namang napuno na lang s'ya sa mga pinaggagawa ko sa kanya. Maaaring may mga ibang babae na makakakaya ng ugali n'ya, pero ako, hindi ko kaya kasi 'yung values n'ya eh iba sa values ko. His lifestyle is different from mine. We're just too different.

My "Rebound" and "Baka Meant To Be Talaga Kami" Attitude

The Case of Excess Baggage #3:
The Marrying Kind

Simple lang ang dahilan kung bakit hindi natuloy na maging kami. We dated for three months pero hindi ako naging kumportable sa kanya. Parang lagi akong kinakabahan kasi I was always thinking if our relationship would really work. Siguro masyado ko din na-overthink. Hindi lumalim 'yung relationship namin kasi wala kaming connection. Hindi talaga kami perfect match. Maybe it was just because I was practically forcing myself to be involved with another man just to avoid the pain I was feeling. I believe nangyari ito dahil hindi ko na naman pinakinggan ang instinct[3] ko.

So, to answer the questions that go with this chapter (should I have stayed longer in any of these relationships? Or, did I make the right decision to end things with these guys?), I can honestly say na tama na natapos na 'yung mga relationships na 'yun. No reason para ipagpatuloy pa sila. Tapos na. Nakuha ko na ang dapat kong makuha from them, and those were the lessons I learned.

> *Sabi nga ni T.W. Jackson (a.k.a. T Dub, "Connection = Chemistry."*
> *You cannot fake connection*

---

3   Naniniwala ako sa women's instinct. Gift 'yun ni God para hindi tayo maging kawawa. Kasi kung wala 'yun, mas lalo tayong madaling maloloko dahil fragile ang puso natin.
Source: The Magic of Making Up by T.W. Jackson a.k.a. T Dub

May theory d'yan si Ms. Kris Aquino. Ang metaphor na ginamit n'ya ay isang basong basag. 'Pag ipinilit mo daw buuin ang isang sirang baso, magkakasugat-sugat ka pa. Pero kung kumuha ka ng walis—winalis at inilagay mo sa dustpan at itinapon mo—eh di hindi ka pa nagkasugat. If the relationship is over, don't try to revive or fix it right away. Kasi magkakasugat ka lang. Dadami lang 'yung sugat mo. Bibigat lang 'yung pain mo. 'Di ka makaka-advance o move forward hangga't di mo ina-accept na break na kayo.

Hanggang may hang-ups ka pa sa past relationships mo at hindi ka pa din nakaka-move on, hindi mawawala sa shoulders mo ang bigat ng baggage na dala ng heartaches mo.

"Sometimes, God doesn't give you what you think you want, not because you don't deserve it, but because you deserve better."
— @JESUS_IG

What Happened to "You + Me = Us?"

Ikaw, ano'ng kwento mo? The fact na hawak mo itong librong ito, ibig sabihin, nakaka-relate ka sa topic. Sagutin mo ito:

Why do you think you guys broke up?
('Yung alam n'yang reasons)

_____

_____

_____

_____

_____

_____

_____

_____

_____

_____

_____

_____

_____

_____

_____

_____

_____

_____

_____

_____

_____

_____

Okay, 'yung totoo. 'Wag na tayong maglokohan. Tayong dalawa lang naman ang nandito. Sagutin mo uli ang tanong. This time, don't hold back.

Why did you guys <u>really</u> break up?
('Yung 'di mo masabi sa kanyang reasons)

The Breakup Breakdown

How long have you been together?
Who initiated the breakup?
When did the breakup happen?
How did the breakup happen?
Over the course of your relationship, how many times have you broken up?

Who initiated the breakup more often? (If it was always you, why were you doing so? If it was always him, why do you think he was always doing it?)

Do you want to get back with him? What's your reason? (*Nu'ng sinagot ko itong tanong na ito, ang sabi ko, "Kasi mapapahiya ako sa ex ko." Tingin mo, worth it ba ipaglaban ang ganyang klaseng reason?*)

A guy who really loves you will never make "break up" an option sa away n'yo. He wouldn't dare 'cause he's scared to lose you—#AlexAdvice

Couple Trouble:
Reasons For Breaking Up

Pretty Petty

Eto 'yung mga reasons[4] na kadalasan eh dala lang ng kaartehan o ka-dramahan. 'Yung tipong wala naman talagang matinding problema, pero ginagawa mo/niyo lang na big deal para pagtakpan 'yung fact na baka hindi mo naman talaga s'ya gusto or hindi n'yo naman talaga gusto ang isa't-isa. *(Check as many as applicable)*

○ Hindi s'ya pala-reply sa text.

○ Hindi s'ya thoughtful. Lagi n'yang nakakalimutan ang monthsary namin.

○ Kamag-anak s'ya ni Cory...
   Cory-pot. Gets? Kainis, 'di ba?

○ Nababaduyan ako sa kanya.

○ Sobrang daldal n'ya—or the opposite.

○ Hindi s'ya gentleman.

○ Magka-iba kami ng hobbies and interests.

○ Magkaiba kami ng hilig sa music.

○ Magka-iba kami ng hilig sa movies.

○ Magka-iba kami ng lifestyle.

○ Others (specify) _____

---

4   Please turn to p. 33 to read more about these reasons.

BREAK NA KAMI. PAANO?!

Deal Breaker

Eto naman 'yung mga reasons[5] na kadalasan ay napakahirap hanapan ng solusyon, or minsan eh wala naman talagang ibang solusyon but to take or leave them and live with them. But, how far can you go or how much can you take to make the relationship work? *(Check as many as applicable)*

○ Hindi s'ya type ng parents ko.

○ Ayaw din s'ya ng mga kapatid ko.

○ Hindi din s'ya gusto ng mga kaibigan ko.

○ Mas bata/matanda s'ya kesa sa'kin.

○ Magka-iba kami ng religion.

○ Magka-iba kami ng nationality at kinasanayang kultura.

○ He lied to me. Hindi ko na s'ya mapagkakatiwalaan.

---

5   Please turn to p. 37 to read more about these reasons.

- He cheated on me.

- Masyado s'yang protective. Nakakasakal s'ya.

- Masyado s'yang independent at generous sa relationship. Ang hirap n'yang pantayan.

- He went somewhere far, and I can't imagine having an LDR (long distance relationship).

- He's such a workaholic. Mas mahal n'ya ang work n'ya kesa sa'kin.

- Tamad s'ya.

- Parang umiikot sa'kin ang mundo n'ya. Masyado s'yang clingy.

- I pushed his or her button. Inubos ko ang pasensya n'ya.

- Plain and simple: We fell out of love. Nagkasawaan na kami.

- Kabit ako. May girlfriend o wife s'ya.

- Violent s'ya. Sinasaktan n'ya ako physically.

- He has some sort of addiction (alcohol, drugs, etc.)

FIGHT FOR LOVE OR TAKE FLIGHT?

Fight for Love: If you checked none of these, there may still be a big chance for the both of you to get back together. Communication and honesty are keys in resolving your petty issues. Things could still work out between the two of you.

Take Flight: Even if you only checked one, you should still consider getting out of the relationship. Kasi 'pag ipinilit mo pa din, then you're just settling. I believe true love isn't about compromising who you are, what you believe in, and what you stand for.

PRETTY PETTY

Ang mga babae daw eh parang adobo,
hindi kumpleto kung walang suka at toyo

"Hindi s'ya pala-reply sa text"

Kahit singular ang couple ayon sa dictionary, two individuals pa din kayo. May kanya-kanya pa din kayong buhay na iniintindi o dapat intindihin. Hindi naman p'wedeng lagi lang n'yang hawak ang cellphone n'ya at always ready to reply to you. He also has to mind his own business. Kaya 'wag kang OA! At baka naman hindi lang n'ya talaga style na mag-text nang mag-text. Malay mo, sa break time n'ya, 'tsaka s'ya mag-text—baka tumawag pa! But make sure you get at least two texts or one call from him a day. 'Pag 'di talaga s'ya nagparamdam sa'yo, IBANG USAPAN NA 'YUN. NAKU!

"Hindi s'ya thoughtful"

Being thoughtful can mean a lot of things, and people have their own ways of showing they care for a person. In case nakalimutan n'ya ang monthsary n'yo at hindi ka n'ya naibili ng regalo, okay, understandable if magtampo o mag-galit-galitan ka lalo na kung palagi n'yang nakakalimutan. But before you think of breaking up with him, i-assess mo muna ang mga bagay-bagay. Baka naman s'ya 'yung type ng tao na makakalimutin talaga sa dates, kasi may mga taong ganyan talaga. O, baka naman sobrang busy n'ya sa trabaho na he can't keep track of dates anymore. Look at the way he treats you also. Let's say he really did forget your monthsary, pero most of the time naman eh he has his own ways of making you feel loved and valued. Just talk to him and tell him special occasions like monthsaries and anniversaries are special to you, and that you always want to do something equally special with him during those occasions. And I'm sure babawi s'ya sa'yo ng sobra. That way, mas bibigyan na n'ya ng importansya ang mga 'yun. Pero 'pag wala pa ding changes after, maybe he's really taking you for granted. Think!

"Kuripot s'ya"

Ayan na ha, kung hindi mo na-gets 'yung joke that I wrote earlier, #medyoslow ka. Anyway, as they say, money is the root of all evil. Usually talaga nagiging issue 'yan sa isang relationship (lalo na 'yang dreaded acronym na KKB!). Sorry guys, by tradition, you are the ones expected to spend on dates. But while that is true, girls, hindi naman p'wede na puro tayo pakabig, na tanggap lang tayo nang tanggap. In a relationship, it's supposed to be give and take. Baka naman maarte ka din, for example, sa mga gusto mong gawin at puntahan 'pag nagde-date kayo, at masyado kang high-maintenance.

• •

Sa pagpili ng boyfriend, okay lang maging CHOOSY kesa maging SORRY—#AlexAdvice

• •

"Nababaduyan ako sa kanya"

This is a superficial reason that deserves a superficial explanation. Kung nababaduyan ka sa kanya, what makes you think hindi s'ya nababaduyan sa'yo? Seriously, kung pinoproblema mo ang bagay na ito, wala nang dahilan para mag-stay ka pa sa relationship na 'yan. Don't try to change him into what you want him to be—yes, even just by changing the way he dresses, that says a lot about your real feelings for him.

"Sobrang daldal n'ya—or the opposite"

Question: Ikaw, madaldal ka ba o tahimik? Kung madaldal ka din, naiintindihan ko na, ang madaldal eh galit sa kapwa madaldal. Pero, seriously, kailangan ng balanse sa isang relasyon. For example, kung pareho kayong strong ang personality, walang nag-gi-give way kasi gusto n'yong dalawa eh lagi kayong panalo sa arguments. Ang ending? Away. Kung ikaw naman ang strong ang personality at timid ang partner mo, okay nga na may balanse kayo, pero kung sobrang tahimik naman n'ya, ang magiging problema naman ninyo ay communication. If you think he can't express the way he really feels about you, talk to him and tell him kailangan n'yong mag-communicate. And if he's not going to talk to you, baka hindi mo alam eh nagpapapatong na pala ang sama ng loob n'ya sa'yo, at bigla na lang s'yang mag-snap one day.

"Hindi s'ya gentleman"

May mababaw at malalim na definitions ang gentleman. 'Yung mababaw, 'yan 'yung mga pagdala ng bag at gamit mo o pagbukas ng pinto ng kotse 'pag lalabas ka. 'Yung malalim, 'yan naman 'yung pag-show ng respect sa'yo as a woman and a person. What we're talking about here is the first definition. Madami sa'ting mga babae ang palaging gustong nafi-feel na pampered sa isang relationship. Kaya minsan naka-depende tayo sa mga lalake kahit sa mga simpleng bagay. 'Yung pagdala ng bag at pagbukas ng pinto, kaya mo namang gawin ang mga 'yan. Hindi ka naman nag-boyfriend para magkaroon ng PA (personal alalay), 'di ba? Kung hindi n'ya ginagawa ang mga bagay na 'yun for you, hindi agad ibig sabihin nu'n eh hindi na s'ya gentleman. Kung binabastos ka n'ya, 'yun na ang ibang usapan.

"Magka-iba kami ng hobbies and interests at hilig sa music at movies"

This saying never gets old, "Opposites attract"—although that isn't always true because iba pa din ang connection na ma-e-establish n'yo kung pareho kayo ng mga gusto. Pero given na hindi kayo magkasundo when it comes to your hobbies and interests, don't you think that should add a little spice to your relationship? Think of it this way, at least madami kayong p'wedeng matutunan sa isa't-isa. You discover a lot about your partner and, at the same time, you discover a lot about other fields of interest. All you need is the willingness to learn. Be open-minded. Learn together.

"Magka-iba kami ng lifestyle"

You should find a common denominator and middle ground. Don't try to convince your partner to change his lifestyle for you. Likewise, don't change your lifestyle just for him. I-enjoy n'yo ang differences n'yo. If not, naku, medyo you're in trouble.

DEAL BREAKER

If you feel na 'di mo na talaga kaya ang issues n'yo, exit ka na. If you can't picture your future with the guy you're currently with, there's no sense in trying to make the relationship work—#AlexAdvice

"Hindi s'ya type ng family and friends ko"

I believe na may gift of discernment ang parents natin. Once na sinabi sa inyo ng parents n'yo na hindi nila gusto ang lalakeng ka-date n'yo, you might want to rethink your budding relationship. Trust your parents' instinct kasi most of the time, tama sila. Like with the first guy I dated, sinabi na sa'kin ng daddy ko na "'pag maliit, mayabang," pero hindi ko s'ya pinakinggan. Our parents may not know who The One for us is exactly but they sure can tell whether a guy is *not* The One for us.

Mga bata,[6] 'pag sinabi na ng mommy n'yo na ayaw n'ya sa guy, makinig kayo at mag-isip-isip. 'Wag n'yong isipin na kalaban ang parents n'yo; dapat kakampi n'yo sila kasi sa kanila din naman kayo tatakbo kung hindi mag-work out ang romantic relationship n'yo.

Ang sarap ng feeling na masabi mo sa sarili mo 'yung line sa kanta ni Beyoncé, "Best thing I never had." Ang sarap ng feeling na, buti na lang 'di mo pinatulan 'yung guy kasi ang sama pala ng ugali n'ya. Sabi nga ng daddy

---

6   Sa mga kabataan, 'wag agad kayong magpakabulag sa love kasi kadalasan kung ano 'yung gusto n'yo nu'ng 16 years old kayo eh hindi n'yo na gusto pagdating n'yo ng 24. Hintayin n'yo munang dumating kayo sa tamang edad para gumawa ng mature decisions. 'Wag kayong atat! 'Wag attached agad!

ko, as much as possible, iwasan namin ng ate ko ma-experience na ma-fall for the wrong guy kasi it might change our whole lives. And that turned out to be true for me.

If I only cared enough to listen to what my parents were telling me, then I should've seen that my first relationship wasn't ever going to work. If I realized that before then I wouldn't have had to date two other guys after. 'Di sana ako na-hurt. Eh di sana buo pa din ako. Kaso, tatlo pa ang naging dahilan ko for moving on.

May kakilala din ako na up until her wedding day, when she was already wearing her wedding gown, her mom was begging her to back out. Ang sabi sa kanya, "Magpakasal ka na sa iba, 'wag lang sa lalakeng 'yan. Please." Pero hindi s'ya nakinig. Eventually, she and her husband had marital problems, and 11 years after, they broke up and went on their own separate ways.

Sinabi din sa akin ng ate ko na, "A relationship you keep on hiding is not worth keeping." Kung hindi mo maipakilala ang guy sa parents mo, ibig sabihin lang nu'n eh may quality 'yung guy na alam mong hindi nila magugustuhan.

If there are so many people who are against your relationship, na gigil na gigil paghiwalayin kayo, stop, look, and listen. Totoo 'yung love is blind. Kaya maganda din na makinig sa mga tao outside your relationship. Baka naman there's really something wrong, which you're just too blinded to see.

Hindi ako naniniwala sa kasabihang "Love conquers all" o du'n sa "You and me against the world." Sabi ng daddy ko, it never works. Example na lang n'yan sina

Romeo and Juliet. Ano'ng nangyari sa kanila? Pareho silang namatay, 'di ba?

My dad once told me, 'Experience is the best teacher, but also the worst one.'

"Mas bata o matanda s'ya kesa sa akin"

Age is just a number. Walang problema sa age gap kung nag-e-enjoy naman kayo together. Pero walang masama if you look out for yourself by looking for tell-tale signs na makakapagbigay sa'yo ng idea kung ano talaga ang nararamdaman n'ya for you. Kung mas bata s'ya sa'yo, hindi naman siguro financial support (a.k.a. sugar mommy) lang ang silbi mo sa kanya, 'di ba? Kung mas matanda s'ya sa'yo, hindi naman siguro s'ya pedophile o kaya eh married with children, 'no? Usually, 'yan ang mga deal breakers when you and your partner have a significant age difference. Kung "hindi" naman pala ang sagot mo sa mga tanong ko, stop worrying about the age gap, kasi sa kaka-worry mo, baka kayo na mismo ang magkaroon ng gap. Basta ang importante eh masaya kayo at may connection, at walang naaabuso dahil sa age gap n'yo.

"Magka-iba kami ng religion"

May isa akong friend, kinukuwento n'ya sa'kin, "Cathy, sobrang saya ko. Ang bait-bait ng boyfriend ko. Business-minded s'ya. Sobrang nire-respect n'ya ang parents ko.

Gentleman s'ya." 'Yung boyfriend n'ya eh foreigner, pero wala daw silang problema sa culture kasi matagal nang nakatira dito sa Pilipinas 'yung guy.

Tapos sabi nya, "Although may maliit lang kaming problem. Atheist s'ya." Sabi ko, baka naman s'ya na ang magpapabago du'n sa guy. Pero hindi daw. Ayaw daw talaga ng boyfriend n'ya ang any topic about God. The problem is, religious 'yung friend ko. She always goes to the church. Ang parents n'ya din ay active sa church.

Nakita ko na bothered s'ya sa situation. Nahihirapan daw kasi s'ya 'pag magpapaalam s'ya to go to church kasi hindi nagpupunta sa church ang boyfriend n'ya. Malaking problem ito lalo na kung, katulad ng friend ko, ingrained na sa'yo ang pagiging religious simula nu'ng bata ka.

Since bago pa lang 'yung relationship ng friend ko at ng boyfriend n'ya nu'ng na-share n'ya 'yung concern n'ya sa'kin, hindi pa nila masyado pinapansin ang issue noon. But she was obviously doubtful of the longevity of their relationship. Sabi nga ni Shamcey Supsup, "If the guy loves me, he should love my God first."

Ask yourself, kaya mo bang i-sacrifice ang mga pinaniniwalaan mo para sa partner mo?

"Magka-iba kami ng nationality at ng kinasanayang kultura"

'Yung isang friend ko naman, foreigner din ang boyfriend n'ya. Umabot ang relationship nila for almost two years. Nag-break sila kasi iba talaga ang culture nu'ng guy. Hirap na hirap daw s'ya mag-explain sa guy ng mga kinasanayang gawin ng mga Pinoy guys, tulad ng 1) hanggang maaari eh sinusundo at hinahatid dapat ng lalake ang babae at 2) 'pag ipinapakilala ang lalake sa parents ng babae eh dapat mag-show ng respect ang lalake at hindi p'wedeng first name basis ang tawag n'ya sa parents ng babae. Sabi ng friend ko, "Minsan magpapasundo ako sa kanya, ang sagot nya sa'kin, 'Why?'" So mag-e-explain na naman daw s'ya. Hanggang sa napagod na s'ya, and they broke up.

Again, ask yourself, hanggang saan ang kaya mong i-sacrifice for him? Tingin mo, willing ba s'yang mag-sacrifice din for you? Do you think he loves you enough to try to adjust to the culture you grew up in? Kung hindi 'yun issue for him, then why should you still let that be an issue for you?

"He lied to me"

If nagawa n'yang mag-lie sa'yo, magagawa n'ya uli 'yun. For example, nag-exchange na kayo ng good night text messages kasi sabi n'ya matutulog na s'ya pero the following day, nalaman mo sa friend mo na nakita n'ya ang boyfriend mo sa isang club the night before. Watch out, baka habitual liar na pala s'ya.

"Nag-cheat s'ya"

Why do you think he cheated on you? Ang mga common na dahilan ay:

1. Nagpadala s'ya sa tawag ng laman. In short, lust.

2. Na-peer pressure s'ya, and he doesn't know how to say no to a girl who's flirting with him.

3. Maaaring tumingin lang s'ya sa superficial qualities mo, at dahil may nagbago ng konti sa itsura mo (e.g. tumaba o pumanget ka dahil sa stress), naghanap s'ya ng tingin n'ya ay better sa'yo in the looks department.

4. Binigyan mo s'ya ng room to make that mistake. Baka masyado kang maluwag at understanding sa kanya, at alam n'yang papatawarin mo s'ya and he can get away with what he did.

5. Gusto n'ya ng thrill. At alam n'yang magaling naman s'ya magtago ng secret affair kaya hindi mo s'ya mabubuking.

6. Playboy na s'ya bago mo pa s'ya makilala.

7. Hindi na s'ya nacha-challenge sa'yo. I believe men like unpredictable women. They love mystery, so always leave something for yourself. 'Wag pabigay lagi. Hmmm.

8. Hindi na s'ya masaya sa relationship n'yo, and he sees cheating as his way out.

As I mentioned earlier in this book, I've been cheated on several times. And my take on this is, kung nagawa n'yang mag-cheat sa'yo once, he can do it again. Para sa'kin, mahirap na uli mapagkatiwalaan ang isang guy na nag-cheat.

•••••••••••••••••

Cheating should never be tolerated whatever the reason is—
#AlexAdvice

•••••••••••••••••

'Pag niloko ka ng lalake, shame on him. But if he got to cheat on you twice, shame on you! 'Wag mo na paabutin sa cheat on you thrice kasi shame on the community na 'yan!

Ikaw, assess your situation. Kung mahal mo talaga s'ya at nagawa n'ya lang 'yun dahil tingin mo eh partly kasalanan mo, na you let him do that to you and your relationship, then you can try to talk to him, address your issues, and possibly solve the problems. But make sure that when you accept him again, you've totally forgiven him kasi mahirap maging "praning."

Pero, utang na loob, be honest with yourself. 'Wag kang magtanga-tangahan. Mararamdaman mo kung pinaglalaruan ka na lang n'ya. May women's instinct tayo, gamitin mo.

*"Masyado s'yang independent
at mapagbigay sa relationship"*

• •

*Ang hanap ng guy ay girlfriend, hindi nanay!
May nanay na s'ya, so don't act like a mother to
him. Be a partner, not a mother—#AlexAdvice*

• •

I have a friend na ever since high school eh s'ya na 'yung type ng girlfriend na masyadong mapagbigay sa relationship. Pala-alaga s'ya na motherly na ang dating.

By the time na nagta-trabaho na s'ya, hindi pa din n'ya na-outgrow 'yung ganu'ng quality. Nagka-boyfriend s'ya, at palagi daw sinasabi ng guy na ito na, "By 30 years old, magpapakasal na ako." Eh malapit na mag-30 'yung guy.

She could have been the one this guy settled down with. Kaso lang, para talaga s'yang nanay kung mag-effort sa relationship. Hanggang sa nakipag-break 'yung lalake sa kanya kasi nakita daw n'ya na ready na talaga 'yung babae sa pagse-settle down samantalang s'ya, na-realize daw n'ya na hindi pa pala s'ya ready. Siguro, natakot sa responsibility 'yung guy dahil masyadong independent 'yung friend ko, at dahil sa sobrang independent n'ya, paano kung 'yung guy naman ang gustong magbigay sa relationship? Paano kung hindi naman kasing dami nu'ng naibibigay ng friend ko ang kaya n'yang ibigay, eh di kawawa naman s'ya kasi he may just feel like a loser.

Kinausap ako ng friend ko, "Alam mo, na-realize ko du'n sa past relationships ko na ako lang ang bigay nang bigay. Ngayon parang nagkaka-body withdrawal ako kasi wala akong inaalagaan." Sabi ko sa kanya, "Ano??? Gusto mong mag-alaga? Hindi ka naman caregiver! Mag-caregiver ka kaya, may sweldo ka pa!" Ang alagaan mo eh ang sarili mo!

Nagkaroon uli s'ya ng boyfriend at akala n'ya magpapakasal na sila. Kaya lang, hindi s'ya natuto sa pattern n'ya na pagiging masyadong mapagbigay. Nakipaghiwalay 'yung guy kasi baka daw hindi n'ya ma-reciprocate 'yung ibinibigay ng friend ko.

May kakilala pa akong isang friend na nagmukha s'yang basura after nu'ng relationship n'ya with the guy kasi masyado n'yang ipinakita na mahal na mahal n'ya 'yung guy, na nate-take for granted na s'ya nu'ng guy. Kasi, gusto ng guys 'yung challenge of wanting something they can't have easily, so 'pag na-feel nila na patay na patay ka sa kanila, hindi na sila mag-e-effort sa relationship.

Guys want women who can handle themselves with or without them. If he sees na you're the type who can drop everything for him, he might take you for granted, and he can drop you anytime, you'll never know.

We met for a reason, and it's either you're a blessing or a lesson

"I can't imagine having a long-distance relationship"

Hindi lahat ng long-distance relationships eh doomed to fail. Yes, it's a given na mahirap talaga mag-maintain ng isang relationship kung miles away kayo from each other. But it can work. It's possible. Lalo na ngayon na high-tech na. I know a couple na six years silang nagkalayo dahil sa work nu'ng guy, pero when the guy returned, he came back with a proposal to her. They're still happily married.

Sa isang LDR, importante talaga ang communication. Ang daming available means ngayon, wala nang excuse para hindi kayo makapag-usap despite the distance. Make time to visit each other every now and then. Mag-adjust kayo sa schedule ng isa't-isa. You need to make your partner feel na you're just always there for him. It's difficult but you need to trust your partner dahil kung palagi mo s'yang pagdududahan, baka 'yun pa ang maging dahilan para malayo ang loob n'yo sa isa't-isa. Be patient. May dahilan kung bakit ka o s'ya umalis. Kung for personal growth man 'yun, mas lalo n'yong dapat hayaan ang isa't-isa na gawin ang gusto n'yong gawin, bago n'yo pa man i-take to the next level ang inyong relationship.

"He's so lazy, or he's such a workaholic"

Kung tingin mo eh tamad s'ya at walang pangarap sa buhay, ano'ng future ang nakikita mo with him? Better yet, may future ka bang nakikita with him? You should be with a guy who dreams of how he can serve you best when you become his wife and really works hard to give you the best. Hindi naman ibig sabihin nito eh maghanap ka na mayaman at maging gold digger, what I mean is, look for a guy na magpupursigi para magtagumpay sa buhay.

If you're patient enough to wait for him to mature, baka naman dumating ang time na magbago s'ya or ma-inspire mo s'ya. Pero 'wag mo s'yang piliting magbago kasi baka magbago s'ya sa umpisa pero bumalik din s'ya sa dati. Make sure he changes because he wants to do it for himself, not just for you.

On the other hand, kung workaholic s'ya, bago ka magalit sa kanya, tingnan mo munang mabuti ang sitwasyon n'ya. Talaga bang wala na s'yang oras for you? Or, hindi lang kayo nagkikita as often as you like? Maybe just agree to regularly spend weekends together? A guy who loves you will always find time to be with you.

"His world revolves around me"

#Clingy. 'Di ba ayaw din ng guys 'pag masyado tayong clingy? Kausapin at tapatin mo s'ya. Tell him na hindi p'wedeng sa'yo lang umiikot ang mundo n'ya. Tell him to try to live his own life, too, kahit pa couple kayo. Kung bawal kang maging clingy, bawal din s'ya. Two-way street ang relationship, remember?

"I pushed his button"

If so, have you apologized to him? If yes, how great of you to accept your mistakes! Give him time and space to think. If he feels you're really sorry and your feelings are genuine, he may just decide to get back with you—of course, that still depends on the gravity of what you did to push him to the edge. If you haven't apologized, why so? Do you think you did the right thing? Because if you did, why stress about trying to fix what you purposely broke?

"We fell out of love"

That happens. No more explanation needed. If both of you really fell out of love, mararamdaman n'yo 'yun. Perhaps you've grown apart, too. There's no point staying in a relationship kung wala na ang love. Paano mo malalaman kung nawala na ang love mo for him? It's when you've stopped caring about him and the things he does. The opposite of love is indifference. 'Pag wala ka na talagang nafi-feel na any emotions for him (e.g. galit, pikon), let go.

"Kabit Ako"

Normal naman sa isang relationship ang masaktan o magkasakitan. Pero may mga times na you should be wiser. 'Yung tipong kabit ka, at nasasaktan ka every time nakikita mo s'ya na kasama 'yung girlfriend o asawa n'ya pero dahil napapasaya ka n'ya kahit papaano, pinipili mo pa din mag-stay.

'Wag kang umasang iiwananan n'ya 'yung girlfriend/ wife n'ya for you. Ikakasaya mo ba ang makasira ng isang relasyon? Remember what I wrote earlier in this book? Ang ratio sa pag-ibig ay 1:1. Hindi p'wedeng dalawa kayo sa buhay n'ya.

No woman deserves to be an option— #AlexAdvice

May friend ako na liberated. She grew up in France. May gusto s'yang lalake pero may girlfriend, s'ya din may boyfriend. Pero gusto nila ang isa't-isa. Tinanong ko sya, "'Di ba sabi mo, liberated ka naman?" Sabi n'ya, "Oo nga, but I know I'll get hurt in the end kasi. I asked him, sabi n'ya gusto daw n'ya talaga ako, but if I'm looking for a serious relationship, he can't give that to me. But we really like each other, so what do I do? Alam ko masasaktan ako kasi gusto ko s'yang maging boyfriend. Pero kung hanggang sa affair lang ang kaya n'yang ibigay sa'kin, okay lang."

Naging honest[7] naman 'yung guy sa kanya pero ipinakita ng friend ko na okay lang sa kanya kahit walang commitment. Okay lang...nu'ng umpisa. Pero kahit liberated pa s'ya, she decided to just stop her craziness kasi alam naman n'yang dead end na ang no-strings-attached relationship nila.

'Yung isang friend ko naman, 'yung boyfriend n'ya, babaero. May asawa pero s'ya na ang kinakasama ngayon. Nu'ng una, okay na sa kanya[8] na, kahit alam n'yang may ibang babae ang boyfriend n'ya, s'ya ang inuuwian. Pero later on, na-realize n'ya na gusto n'yang ibalik ang self-

• •

If you're already giving the guy the privileges of a boyfriend minus the commitment, why would he even commit to you eh nakukuha na n'ya ang lahat, 'di ba?—#AlexAdvice

• •

---

7   Ang mga lalake, hindi sila mahilig magpaligoy-ligoy, hindi katulad nating mga babae. Kaya 'pag sinabi ng guy na ayaw na n'ya, 'yun talaga ang nararamdaman n'ya.

8   Sabi nga sa *The Perks of Being a Wallflower* by Stephen Chbosky, "We accept the love we think we deserve." If you let a guy treat you a certain way because, for example, ipinakita mo na okay lang sa'yo na one of his options ka lang n'ya, then he won't see a reason why he should even value you.

worth[9] n'ya bilang babae. When this friend of mine asked for my advice, here's how our conversation went like:

ME: Do you want to stay in the relationship? Or, do you want to be smart and wise about your situation?

FRIEND: Hindi ko na s'ya kayang iwanan kasi ang tagal-tagal na namin.

ME: Hindi, kaya mo!

FRIEND: Paano ko pa mawi-win back 'yung dignity ko?

ME: Kahit pa matagal na kayo, tandaan mo, IT'S NEVER TOO LATE TO WIN YOUR DIGNITY BACK. IT'S NEVER TOO LATE TO SHOW A GUY YOUR WORTH.

She came to her senses and broke up with the guy.

I know another girl na bagets, na nagkaroon s'ya ng relationship with a fairly rich man na mas matanda sa kanya. Okay lang sana kung mas matanda lang sa kanya, ang kaso eh, may asawa na, may tatlong anak pa! Dahil sobrang pampered s'ya du'n sa lalake (kung saan-saan sila nagta-travel), the girl stuck with the man. Then she got pregnant, at hindi na nagpakita sa kanya 'yung lalake, nagpapadala na lang ng sustento na ipinapabigay lang sa bodyguard. One day, nakita n'ya uli 'yung lalake sa isang restaurant, at merong ka-date na bago. The fact

---

9   How will you regain your self-worth? Get out of the relationship. You shouldn't be getting your worth from the guy, sa'yo dapat manggaling 'yan. Kung iniwan ka ng lalake, ipakita mo sa kanya na kaya mo, hahanga pa s'ya sa'yo! Pero 'pag ipinakita mo na depressed at desperate ka, iisipin n'ya na tama ngang iniwanan ka n'ya.

na nagawa n'yang mag-cheat sa mismong asawa n'ya, hindi surprising na nagawa n'ya din 'yun sa'yo.

'Wag mong ipasok ang sarili mo du'n sa sitwasyon na alam mong ang ending eh masasaktan ka lang. 'Wag kang pumunta du'n sa direction na ang thinking eh, "Malay mo, ako ang piliin n'ya."

"Violent s'ya or verbally abused ka"

No woman deserves to be treated that way. Kung hindi ka nirerespeto ng partner mo ngayon pa lang, how do you

• •

'Pag alam mo na ang relationship n'yo
is wrong to begin with, it will never be
right until the end—#AlexAdvice

• •

expect him to treat you well when you're already his wife? Never let a man hurt you physically or verbally. If he has done it more than twice, honey, leave! Save yourself from the future pain.

"He has some sort of addiction"

If that's the case, LEAVE! Unless magkaroon s'ya ng divine intervention, at magbago s'ya. Otherwise, your relationship is doomed, because he's not in the right state of mind to commit.

THE KALAN THEORY

ANG HEARTBREAKS, MAIKO-COMPARE 'YAN SA PAGLULUTO (Ikaw ang nagluluto, ang boyfriend mo ang kalan, at ang relationship n'yo ang apoy) sa, halimbawa eh, 3-burner stove. Let's say, magluluto ka pero hindi ka nagsuot ng gloves. Kumuha ka ng kawali at inilagay mo sa ibabaw ng kalan. Hinawakan mo ang kawali at napaso ka. Nasaktan ka kaya binitawan mo ito at pinatay ang burner.

Pagkatapos eh kumuha ka ng bagong kawali at nagluto ka sa ikalawang burner. Nu'ng hinawakan mo uli ang kawali, mas mabilis ka nang napaso. So ibinaba mo uli ang kawali at pinatay ang burner.

Pagkatapos eh kumuha ka na naman ng panibagong kawali at nagluto sa ikatlong burner. Nu'ng hinawakan mo uli ang kawali, mas mabilis kang napaso at, this time, mas masakit na. Eh hanggang tatlo lang pala 'yung burner mo, so pagkatapos eh lost ka na. Hindi mo na alam ang gagawin mo. Triple na ang sakit na nararamdaman mo.

Pero kung ang ginawa mo, hija, eh pagkatapos mo mapaso sa una mong burner ay pinagaling mo muna ang paso sa kamay mo at tiningnan mo muna kung ano'ng nangyari at bakit ka napaso—na hindi ka pala nagsuot ng gloves, na sobrang lakas pala ng apoy, at hinawakan mo pala 'yung bakal sa kawali—eh di sure ka na na hindi ka na mapapaso uli. At ang tolerance level mo, dahil in-address mo na agad ang posibleng problema, eh pareho na ng tolerance level mo nu'ng unang beses kang nagluto. So next time, ready ka na. Hindi ka na uli mapapaso.

Ano'ng connection nito sa moving on and letting go from a heartbreak? Simple lang, kung malinaw sa'yo kung bakit kayo nag-break, mas magiging madali sa'yong pagdaanan ang steps na nasa susunod na chapter.

SHOULD YOU STAY OR GO?

AFTER BEING IN THREE COMPLICATED RELATIONSHIPS and listening to my friends' love stories, may isang bagay akong napansin: If sa start pa lang ng relationship eh nahihirapan at nasasaktan ka na, it's not the relationship for you. Ang start dapat ng relationship eh fluid o smooth-sailing. If it's too hard to start a relationship with a guy, maybe it's the kind of relationship you don't even have to start with. 'Wag mong ipilit kasi kung ipinilit mo sa simula pa lang, hanggang sa huli eh ipipilit mo 'yan.

Parang katulad lang 'yan ng paghahanap ng trabaho. 'Pag nag-apply ka, kung hindi talaga meant for you ang position, kahit dalawa lang kayong nag-apply, hindi ka pa din mapipili. Isa pang example, si Kim Chiu, sinamahan n'ya lang ang friend n'yang mag-audition sa *Pinoy Big Brother* pero s'ya ang napili. Ibig sabihin, talagang meant for her 'yun.

Now, the fact na binabasa mo ang librong ito eh it means na may problem kayo ni boyfriend. Sagutin mo ang mga sumusunod na tanong with a "YES" or "NO," para malaman mo kung sa happily ever after o splitsville ang patutunguhan ng relationship n'yo:

1. Approved ba s'ya ng family and/or friends mo?

2. Hindi na kayo sweet sa isa't-isa 'pag magka-text kayo?

3. Nararamdaman mo bang pinipilit n'yo na lang ang inyong relasyon?

4. 'Pag magkasama kayo, wala na ba kayong mapag-usapan?

5. Effort na ba para sa inyo na maging masaya?

6. Mas umiiyak ka ba kesa tumatawa?

7. Hindi n'yo na ba maintindihan ang point ng isa't-isa?

8. Mabigat na ba sa loob mo ang gumawa ng effort para sa kanya, at ganu'n din s'ya?

9. Mas gusto mo na bang kasama ang friends mo kesa makipag-date sa kanya?

10. Hindi ka na ba kinikilig sa kanya, at hindi ka na n'ya pinapakilig?

11. 'Pag nag-aaway kayo, grabe na ba kayo magkasakitan?

12. 'Pag nagpe-pray ka kay Lord, nararamdaman mo ba na, deep down in your heart, hindi talaga kayo meant to be?

13. Kaya mo bang maging single uli?

14. Naghahanap ka na ba ng bagong ikakakilig?

15. Niloko ka ba n'ya? Pang-ilang beses na? More than three times?

16. 'Pag may ni-request ka na simpleng bagay, hindi na ba n'ya maibigay sa'yo? (Kunwari nagyaya ka makipag-date, mas pinipili na lang ba n'ya na makipagkita sa friends n'ya?)

17. Hindi lang ikaw ang babae sa buhay n'ya? Kabit ka, at meron s'yang girlfriend o wife?

18. Hindi ka na sure kung hanggang saan ang relationship n'yo and where it stands?

Kahit pa nasasabihan na martir ang mga babae— sabi nga ni Heart Evangelista sa'kin—may kapaguran at boiling point din tayo. Ganu'n din ang mga lalake, usually, 'pag nakipag-break sila, ibig sabihin eh may mga ginawa talaga tayong ikinagalit o ikinapikon nila.

There's no formula or fixed answer to the question of whether you should stay or go. But one thing's for sure, only both of you know the real answer. Kung sinagot mo truthfully ang mga questions at ang answers mo eh mostly (15 or more) "NO," then ang sagot sa dilemma mo ay plain and simple: Stay. Likewise, kung ang mga sagot mo eh mostly (15 or more) "YES," then you know exactly just what to do: Go. Mag-isip-isip ka. Hindi s'ya para sa'yo. Don't settle for less.

"Don't trade the ultimate for the immediate. Don't settle for less, wait for God's best."

3

Catherine's Breakup Manual

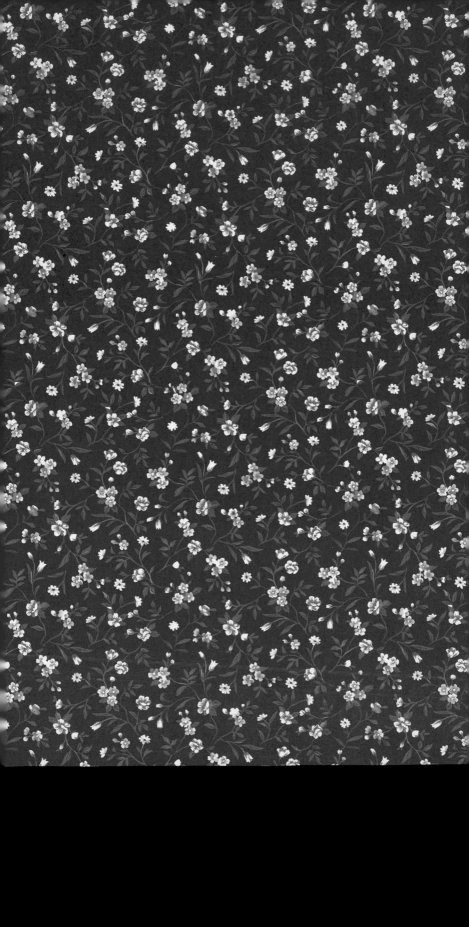

My Survival Guide

*Tandaan: Walang namamatay
sa heartache! Sa ulcer meron,
kaya please lang, kumain ka!*

Wala ka nang ite-text at sasabihan ng "Good morning, babe," "Kumain ka na ba?," o 'di kaya eh "Good night. Sweet dreams. Sleep tight. God speed." At lalong-lalo na ng "Ingat," "I miss you," o "I love you." Wala ka nang kasamang mag-ikot at kumain sa mall. Wala ka nang ka-ternong naka-red shirt on Valentine's Day. Wala ka nang mauutusang bumili ng pagkain na kine-crave mo.

So what???

Nawala man 'yang perks of having a boyfriend ngayon, may bright side din naman sa pakikipag-break. Just give it time, tatawanan mo din ang mga pinagdaanan mo.

But before you get to that bright side, it's very important that you go through the process of grieving a lost relationship, lalo na kung malalim-laim na ang pinagsamahan n'yo. Bakit? Para mabuo mo uli ang fragments ng iyong broken heart. I believe that going through the stages of moving on is very important for your identity and growth as a woman. Bigyan mo ang sarili mo ng grieving period. Para sa'kin, pinakamatagal na ang three weeks. 'Yung iba nga, one week lang. It depends on what kind of guy your ex is and the quality and span of your relationship with him.

Ang tingin ko sa moving on eh dapat you soak in the experience, hindi 'yung nagpa-ambon ka lang—na tipong nabasa ka ng konti tapos naghanap ka ng waiting shed o kaya eh nagpayong ka agad. 'Pag ginawa mo 'yun, naghanap ka lang ng temporary shelter, which is wrong. Temporary. Ibig sabihin, dadating ang time na babalik ang past mo, and it may just haunt you. Ang dapat mong gawin eh habang nababasa ka ng ulan, hanapin mo ang way back home. And when you're finally home, at least kahit bumagyo pa uli, hindi ka na mababasa at magkakasakit dahil 'di ka muna lalabas ng bahay.

Do not ever take for granted the stages of moving on. Appreciate them. Crucial sila kasi they will prepare you for your next (and hopefully, last) relationship. Oo, masakit na pagdaanan ito pero no pain, no gain, right? Ang puso, para lang 'yang pencil, hindi mo uli 'yan magagamit unless you sharpen it. And as you sharpen it, bine-blade mo 'yung pencil, sinasaktan mo. But at least, nagkaroon uli s'ya ng purpose. Magagamit mo na s'ya uli at mas efficient na s'ya. Sabi nga ni God sa Isaiah 66:9, "I will not cause pain without allowing something new to be born." Kung may kinuha man Siya sa'yo, asahan mo na may ibibigay din Siyang better na kapalit nito.

In *Sex and the City* Season 2, Carrie Bradshaw gave her famous "Breakup Rules," when she broke up with Mr. Big. Here they are:

1. Destroy all pictures where he looks sexy and you look happy.

2. Lie. It's a lot easier.

3. Until emotionally stabilized, enter no stores.

4. Never stop thinking about him for a moment, because that's the moment he'll appear.

5. The most important break-up rule: No matter who broke your heart or how long it takes to heal, you'll never get through it without your friends.

I feel you, Carrie. But having gone through several breakups myself, I have learned to come up with my own coping mechanism. Here's my version of the "Breakup Rules."

I think applicable sa breakup 'yung so-called "DABDA"[10] na acronym for the five stages of coping with death. Yes, death. Those who are heartbroken may not have died (as in left the world), but a part of them died a kind of death that really creates an emotional wreck. There's no formula for letting go, moving on, and fixing a broken heart. May kanya-kanya tayong paraan to get over heartbreak, but the recommendations I included here were the ones that really helped me. And I hope they could help you too.

You may feel the need for some alone time to process everything. Expected naman 'yan. Then again, mahirap ding mag-isa kasi posibleng maalala mo naman ang memories n'yo together. Sa sitwasyong katulad n'yan,

---

10 Ang "DABDA" ay in-introduce ng American psychiatrist na si Elisabeth Kübler-Ross sa book n'yang "On Death and Dying" na na-publish noon pang 1969. Ayon kay Kübler-Ross, hindi daw kailangan makumpleto o magawa in order ang mga stages na ito kasi depende pa din sa tao kung paano n'ya iha-handle ang loss n'ya.

ang kalaban mo talaga ay ang isip mo, hindi ang puso mo. Kahit ano'ng sabihin sa'yo ng mga tao sa paligid mo, hindi ka makikinig. 'Yan ang kadalasang sakit ng mga heartbroken. Hindi tayo marunong makinig, kahit pa paulit-ulit nating sabihin sa sarili natin na "Enough is enough."

You will reach a certain point when you really need to isolate yourself. Just share the full story with your family and friends when you're feeling better kasi 'pag nag-kuwento ka na sa kanila agad-agad, maaaring lalo ka lang masaktan. At mas masakit ang mararamdaman mo kung paulit-ulit mo pang ikukuwento ang breakup story mo sa kanila. For sure, they'll understand if you prefer to be quiet for the meantime.

There's really no specific span of time for the healing process. But remember, it's quality over quantity. For some, it takes them one month or one year to move on and assess kung okay na talaga sila o there's still that conscious effort to fake happiness.

Naniniwala ako na moving on is a cycle. May mga times na feeling mo okay ka na at nakalimutan mo na ang pain, pero may mga times din naman na bigla ka na lang maiiyak at malulungkot. Okay lang 'yan, parte talaga 'yan ng moving on.

When you feel like everything's crashing down, isipin mo na lang, dapat nga maging masaya ka pa, kasi 'yung mga planong nawala sa'yo eh tinanggal na ni God para mag-take over na ang magandang plano n'ya for you. According to Proverbs 19:21, "Many are the plans in a person's heart, but it is the Lord's purpose that prevails."

Stage 1: Denial

"No!!! I can't believe this is happening to me...to us"

Hindi ka makapaniwala. It's too bad to be true. You keep on telling yourself, "Break na kami. Paano?! Hindi totoo ito! Magkakabalikan kami." Malamang hindi pa sumasagi sa isip mo kung paano ka magmo-move on exactly kasi iniisip mo na what happened between the two of you was just a simple misunderstanding na p'wede pa namang pag-usapan. Natural lang na maging in denial ka at first, especially kung masyado kang naging bulag sa real status ng relationship n'yo and you've overlooked its flaws.

Being in denial is a valid psychological state. Defense mechanism 'yan. Since you don't want to accept the truth—yet—you're trying to mask it with a make-believe situation. But the most important thing to do when you find yourself getting lost in this stage is to NOT cling on false hopes—or it'll just be harder for you to accept the situation and move on from it.

Depende sa kung ano ang naging dahilan ng breakup n'yo, huwag na huwag mong paniniwalain ang sarili mo na you guys can still work things out. Sorry to burst your bubble, pero lalo ka lang masasaktan in the end. Of course, there are always exceptions to the rule. But most likely, you're just prolonging your agony by living in a fantasy world. This is exactly what happened to my friend...

The Effect of an Unexpected Breakup

May neighbor s'ya na nanligaw sa kanya pero binasted n'ya. After two years, niligawan uli s'ya nu'ng guy. For three years, patay na patay sa kanya 'yung guy. Finally, naging sila for about 4 years. Kaya lang, when they were together, 'yung friend ko was being a brat. Even though my friend was like that, walang reklamo ang boyfriend n'ya at sinusuportahan pa din s'ya.

But all of a sudden, naging cold 'yung boyfriend n'ya. 'Yung friend ko kasi, palagi s'yang naghahamon ng pakikipag-break—hanggang sa nakipag-break na nga talaga sa kanya. 'Yun pala, na-discover n'ya na may ka-fling na 'yung guy.

Sobra s'yang nasaktan, at na-shock dahil hindi s'ya sanay na ganu'n 'yung boyfriend n'ya. In denial s'ya sa pangyayari. Ang ginawa n'ya eh nagmakaawa s'ya du'n sa guy to stay with her until she has fully moved on (May halong Bargaining ito, which I will discuss maya-maya). Eh mabait 'yung guy, kaya pumayag sa ganu'ng condition.

Sabi sa kanya ng friend ko, "Hanggang kailangan kita, pupuntahan mo ako, mag-uusap tayo, at ide-date mo ako." Break na sila, pero for one year, para pa ding sila.

Hanggang sa gusto nang umalis nu'ng guy sa complicated situation nila. 'Pag tinatawagan s'ya nu'ng friend ko, binabagsakan na n'ya ng phone.

Ilang beses kong pinaintindi sa kanya na hindi na s'ya mahal nu'ng lalake. Pero sinasabi n'ya sa'kin, "Hindi! Imposible, Cathy. Mahal niya ako." I've been telling her na, 'pag hindi pa s'ya gumising sa katotohanan, lalo lang s'yang masasaktan and she'll only regret it later on. True enough, nu'ng mahimasmasan s'ya, diring-diri s'ya sa sarili n'ya dahil nagpakatanga s'ya. At ngayon na may bagong boyfriend na s'ya, hiyang-hiya s'ya sa mga ginawa n'ya. She really regrets doing that.

Sa stage na ito, kakailanganin mong masampal ng realidad sa mukha, para matanggap na hindi lang masamang panaginip ang nangyayari sa inyo. Kung talagang in denial ka, tawagan mo s'ya. Hear it to believe it. If he tells you bluntly na ayaw na n'ya, na hindi na s'ya masaya, o may iba na s'ya, that could only mean it's really over for both of you. Breakup means it's OVER! Not next time ulit o kaya eh cool-off! Ang guys, hindi naman kasi katulad ng girls na mahilig mag-beat around the bush. The fact na sinabi n'yang ayaw na n'ya, meaning matagal na n'yang pinag-isipan ang desisyon n'ya. Ang mga babae kasi, usually ginagawa nating basta-basta ang breakup, kung kailan maisipan. Pero sa mga lalake, may meaning 'yan. If he says he wants to move on, so should you. Stop thinking about the relationship. Stop thinking about the guy.

Pero madaming babae ang pasaway at gagawa pa din ng paraan to save the relationship. Stop it! Kung ma-save man 'yan, it would probably still not work in the end because the relationship is already broken to begin with.

Kung ayaw mo talaga magpapigil, sige, go ahead and talk to him. Anyway, what you would really need at this point naman is the painful confirmation of the status of your current situation. In short, reality check. Some sort of closure. You need to be hit hard by the truth, para mag-sink in sa'yo na break na kayo. Face the reality and make peace with it.

Stage 2: Anger

"I will get back at him—NOT get back with him"

After mo ma-realize na single ka na, it's understandable kung hindi peaceful ang kalooban mo. In fact, now na nag-sink in na sa'yo ang nangyari, it's natural and perfectly okay for you to feel angry. Kung hindi ka nakakaramdam ng galit, maybe you really didn't care about the guy, the relationship you had and its effect on your self-esteem. Life is not a bed of roses; it is a bed of roses...with thorns!

Dito sa stage na ito magda-dawn sa'yo ang mga ginawang masama ng ex mo (kung meron man). You will be enlightened about the things you don't like about him (lahat ng kapintasan n'ya na major turn-off for you), at makakatulong ito para mabawasan ang pagdwe-dwell mo sa breakup n'yo.

Kaya lang, kadalasan eh sa sobrang galit mo kung anu-ano na ang naiisip mong gawin at sabihin at this point (e.g. gantihan ang boyfriend mo—ipabugbog o siraan s'ya, o awayin ang new girlfriend n'ya). Kahit gaano ka pa n'ya nasaktan, I don't recommend you do those examples, because no matter how angry you are with your ex, your actions should never be driven by anger. Remember: NEVER EVER DO, SAY, OR DECIDE ON SOMETHING WHEN YOUR EMOTION IS AT ITS PEAK BECAUSE YOU MAY JUST END UP REGRETTING WHAT YOU'VE DONE. Lahat ng tingin mo eh hindi ladylike actions, 'wag na 'wag mong gagawin kasi ikaw din ang magiging katawa-tawa in the end.

Ikumpara natin ang relationship sa driving. When you're driving, hindi ka lang naman sa isang side nakatingin, 'di ba? Tinitingnan mo din ang opposite side, at s'yempre pati ang front and rear views mo. Has it dawned on you that maybe the breakup wasn't all his fault? Tingnan mo din ang sarili mo at ang sitwasyon n'yo.

Hindi ako galit du'n sa "Excess Baggage #3" ko kasi na-realize ko nu'ng andito ako sa stage ng anger na he never committed to me, because he wasn't sure of what kind of relationship we had. Hindi kami umabot sa point na we tried to make our relationship deeper. Naramdaman ko na may wall separating the two of us. And nu'ng time na sinabi ko sa kanya na, "Ano, tingin mo ba lalalim pa ang relationship natin?" Honest s'ya na sabihin sa'kin, "Tingin ko parang nahihirapan na tayo eh."

Hindi ako galit sa kanya kasi hindi n'ya ako niloko. Rather, I was angry with myself, kasi ipinagpatuloy ko pa din ang "I-Push Mo 'Yan" attitude ko and exposed myself to the risk of having another heartache.

When you look within and blame yourself, you learn from your mistakes. It's better than blaming your ex kasi 'pag ginawa mo 'yun, iisipin mo wala kang mali, so hindi ka magbabago at matututo. Hindi ka magiging careful. So kung may nanligaw uli sa'yo at niloko ka uli nu'ng guy, hindi s'ya ang may problema.

Tandaan mo:

• •

We're human beings, hindi tayo animals. We don't act based on our emotions and instincts lang. Homo sapiens tayo. Hindi lang tayo homo habilis o homo erectus. We should always rationalize everything we do first—#AlexAdvice

• •

Dapat at this stage, although your judgment may be clouded with anger, matuto ka din i-assess ang sarili mo, lalo na you entered the relationship even when the red flags were obvious. But okay, let's say talagang na-in love ka, hindi ka pa din dapat masyado nagpadala sa emotions mo.

Magalit ka sa sarili mo. Kasi kung magalit ka sa ex mo o sa bago n'yang girlfriend, kahit ano'ng galit mo, hindi ka uusad. Pero 'pag nagalit ka sa sarili mo, may action ka agad na magagawa. In that case, mapi-pinpoint at ma-a-address mo agad ang problem. Kung magalit ka man kasi sa ex mo at makita mo s'yang masaya, wala din. Galit ka pa din pero 'yung galit mo, walang pinatutunguhan.

STAGE 3: BARGAINING
"Baka naman p'wede pang pag-usapan ito.
Or, maybe we can still be friends"

AFTER BLAMING YOURSELF, DU'N MO NA MARE-REALIZE kung ikaw ba o s'ya ang mali. Kung tingin mo, ikaw ang nagkamali, normal lang na maisip mo na "Baka naman kailangan ako ang lumapit sa kanya para makipag-ayos?" Ang dami kong beses naisip 'yang ganyan.

But remember, pagdating mo dito sa bargaining, papaubos na ang self-worth mo, kaya 'wag kang gagawa ng kahit anong step na lalong magpapababa sa self-respect at dignity mo. FOLLOW YOUR HEART BUT DON'T FORGET TO BRING YOUR BRAIN WITH YOU. Bago ka makipag-bargain, share your bargaining thoughts first with the people who you know share your values and are truly concerned about you. Sila 'yung mga tao na hindi lang Yes-man sa'yo, na lahat ng iniisip mong gawin eh tama lagi. Alam nila ang worth mo, at kumbaga sa market, alam nila kung magkano ang dala mong pera at kung ano ang kailangan mong bilihin. Ask them, "Tingin mo ba dapat tumawad ako sa kanya?" 'Pag sinabi nila na hindi worth it, makinig ka.

In my case, ang lagi kong nilalapitan ay ang ate ko. Kinakampihan n'ya ako pero hindi n'ya ako pinapagawa ng actions na ikakasama ko sa huli. Nage-gets n'ya ang point ko at ng ex ko, so balanced ang advice n'ya. As much as possible, lahat ng naiisip mong i-bargain, i-share mo 'yan sa mga taong katulad ng ate ko.

Okay lang na makipag-bargain ka, but make sure whatever you bargain during this time, hindi mo isa-sacrifice ang values mo. Ang bigat ng weight ng bawat movement mo dito—kung umirap ka sa ex mo, bitter ka na, ang sad na ng life mo, eh you wouldn't want to look desperate naman. So, kung may maisip kang i-bargain, don't act on it agad. Analyze first kung ano ang bina-bargain mo. For example, ang dahilan ng breakup n'yo eh ang pagiging alcoholic n'ya, kaya ang naisip mong i-bargain ay "i-try ko naman kayang maging occasional drinker para masabayan ko ang trip n'ya?" Kung hindi ka naman 'yung type of person na mahilig uminom, 'wag mong pilitin ang sarili mong magbago just to win him back.

Now, kung naiisip mong i-text o tawagan s'ya, eto na lang ang isipin mo:

1 Text = You lose your pride and dignity
(Ibinaba mo agad ang pride mo. From 100, down to zero!)
1 Call = It means you're desperate
More Than 2 Calls = Psycho ka na!

Ang way ko of bargaining noon eh nagte-text ako sa ex ko pero after ko mag-text, lalong sumasama ang loob ko. At ang nangyayari d'yan usually eh 'pag nag-text ka at hindi s'ya nag-reply, magte-text ka uli. Kasi ang magiging thinking mo eh, ibinaba mo na din naman ang pride mo eh di sasagarin mo na. But no! Mag-iwan ka ng dignidad sa sarili mo. Kung magre-reply man s'ya, ikaw naman ang 'wag mag-reply! At least, ikaw ang last laugh. Hahaha.

Kung nararamdaman mo na after all these weeks or months, miss na miss mo pa din s'ya, at feeling mo pareho kayo ng nararamdaman, 'wag kang mag-e-expect kasi ibang-iba ang pag-iisip ng mga babae sa mga lalake. Hindi porke mahal mo pa din s'ya hanggang ngayon eh ganu'n din ang nararamdaman n'ya. Manage your expectations.

STAGE 4: DEPRESSION
"Waaah! Ang sakit sakit. 'Di ko na kaya. Feeling ko katapusan na ng mundo"

HE MAY HAVE MEANT THE WORLD TO YOU, PERO NGAYON na wala na s'ya, feeling mo eh nasa black hole ka at hindi ka makaalis-alis sa madilim na mundong ginagalawan mo. Pero 'wag kang OA. Hindi lang Earth ang planeta sa solar system. Somewhere out there, may isang planetang maaaring maging mundo mo. Gets? Life goes on as it should. The show must go on. Kaya utang na loob, 'wag kang gumaya du'n sa kakilala ko nu'ng high school na nagbigti sa harap ng bahay nu'ng lalake when they broke up. Sa mga kabataan, please lang, 'wag n'yong sayangin ang buhay n'yo dahil sa isang lalake. Hintayin n'yong mag-mature kayo, at maiintindihan n'yo din na small deal lang 'yang pinagdadaanan mo ngayon.

Sa depression stage, dito ka talaga magwa-wallow at magdwe-dwell. Babaha ng luha. Okay lang ma-depress. 'Yun nga lang, depende kung gaano mo ka-gusto maka-move on, maaaring matagalan itong proseso na ito, but be strong and patient. Time heals all wounds, so believe that you'll reach the end of this dark tunnel.

Sabi nga ni Jennifer Aniston sa isang interview, there was a time na akala n'ya eh mamamatay na s'ya when she and Brad Pitt broke up. Sobrang sakit daw na she thought she was going to die, but she realized the saying "What doesn't kill you makes you stronger."

• •

Si Jennifer Aniston at Katie Holmes nga eh naka-move on sa mga ex-husbands nila! Isa lang ang Brad Pitt at Tom Cruise sa mundo, kaya I'm sure kakayanin mo ding mawala ang boyfriend mo. Hello?!—#AlexAdvice

• •

Now, what to do and *not* during this stage? Here are my dos and don'ts:

Do's

Do say goodbye to the memories.

Go ahead, look at all your photos together. Lahat ng p'wedeng magpa-iyak sa'yo. Then delete them! Stop thinking about the happy memories you've shared, and always go back to the main reason why you guys broke up. Pero, suggestion ko naman sa'yo, kung buburahin mo ang pictures n'yo, magtira ka kahit isa, pero store it somewhere na hindi mo agad matitingnan.

Do cry all you want.

Cry when you're by yourself. Go to your room, lock the door, and turn off the lights. Umiyak ka ng matindi. Magmukmok ka. Kung gusto mo, 'wag kang maligo. Just let go of your emotions and don't hold back. Promise, ang sarap ng feeling after.

Do talk to your parents.

Have hearty conversations with your parents. Always be with your family. I opened up to my mom, and somehow nakatulong ang mga advice na ibinigay n'ya. Ang daddy ko naman, when he saw I was depressed, wala s'yang sinasabi sa'kin, pero nakikita ko sa actions n'ya 'yung pag-support n'ya sa'kin. 'Pag niyayaya ko s'ya mag-mall, sasabihin n'ya, "Sige, tara. Mall tayo." Hindi n'ya pinaparamdam sa'kin na kawawa ako. It would really help if you open up to them. Ako, once nakapag-open up na ako sa parents ko, hindi na naman nila bini-bring up 'yung topic uli. For me, it's better to open up to someone older than you kesa 'yung sa mga ka-age mo na baka pinagdadaanan din ang pinagdadaanan mo. Kasi 'yung elders, they've probably gone through the same experience already, so alam nila na it's just a phase. Kahit hindi mo kamag-anak, basta nakakatanda sa'yo, that's good enough. Ako nga, I would even talk to my teacher tapos tinatawanan n'ya lang ako. Sabi nga nila, "Been there, done that." Hindi na big deal para sa kanila ang heartbreak, at dadating ang time na 'di na din big deal 'yun para sa'yo.

Do try to meet new people.

Find acquaintances who you haven't met yet while you were still in your previous relationship, 'yung mga wala talagang alam sa past mo. Kasi minsan, kahit unintentionally, when you're with your friends, napag-uusapan pa din 'yung pakikipag-break mo. And next thing you know, 'yun na talaga ang naging topic n'yo. Babalik lang 'yung pain and memories sa'yo, imbes na distraction ang hinahanap mo. This is why I also resorted to getting a life coach, to give me a new perspective on love, life and myself.

Do distract yourself.

Make yourself busy. Ako, kahit 'yung friend ko na hindi ko masyado ka-close, tine-text ko at nakikipagkita ako. At least, I get to keep myself occupied. Maganda 'yung sinabi ni Penny Lane (Kate Hudson's character in *Almost Famous*), "Never take it seriously, if ya never take it seriously, ya never get hurt, ya never get hurt, ya always have fun, and if you ever get lonely, just go to the record store and visit your friends." You can go for clean fun with friends whom you trust, to distract yourself. But what is clean fun? 'Yan 'yung mga bagay na gagawin mo na mag-e-enjoy ka at walang permanent damage sa'yo. You're having fun but you're not compromising your values or worth. For example, okay lang na pumunta ka sa bar and have a few drinks, but make sure na you won't regret the day after kasi may mga nakakahiyang photos ka pala from the night before na wasak na wasak ka. Ang clean fun, p'wede din 'yang time for yourself to do what you love, like attend a culinary or art class.

Do feed your ego.

I believe that when you're heartbroken, your ego gets hurt a lot also, so look for ego boosters. Alam kong salbahe itong advice na ito, but if you really feel bad, you can make this suggestion an option. Sabi ng isang celebrity friend ko, "Okay lang manggamit ng ibang lalake para maka-move on ka pero 'wag mo naman s'ya sobrang paasahin." #MedyoMean

Do find reasons to laugh.

Kahit i-fake mo pa ang tawa mo, walang problema, basta tumawa ka. When my friend broke up with his boyfriend, nanood lang s'ya nang nanood ng *Gandang Gabi, Vice!* Ako naman, *Friends.* Panoorin mo lahat ng tingin mo eh magpapasaya at magpapakalimot sa'yo. S'yempre, kahit gaano pa nakakatawa, 'wag mo panoorin ang isang show kung palagi pala kayong nanonood nu'n together dati.

Do fake your happiness.

Go out with your friends. Be with one or two of your friends, 'yung masasayahin at hindi dull, na p'wede mo talagang makausap about your situation. Kung p'wede, patulugin mo pa sila sa bahay mo. Fake it till you make it! Magsaya-sayahan ka. Okay lang umiyak sa kwarto mo, pero dapat paglabas mo, masaya ka. Lalo na kung makasalubong mo ang ex mo, dapat parang walang nangyari sa'yo. It's very important for girls to have composure when finding themselves in a situation like that.

Do watch horror movies.

Kung heartbroken ka, kahit manood ka ng horror movie nang patay ang ilaw, hindi ka masisindak o matatakot

(Later on, isa ito sa magiging gauge kung naka-move on ka na). Matatakutin ako, pero nu'ng depressed ako, walang epekto sa'kin ang kahit anong horror movie *(See my horror movie recommendations on p.78)*. Nakakatulong ito kahit papaano para ma-divert ang isip mo mula sa pain na pinagdadaanan mo. Kasi 'pag pumipikit ako dati, ramdam na ramdam ko ang sakit. Pero nu'ng nanood ako ng horror movie, at least nu'ng pumikit ako, mukha na ni Linda Blair sa *The Exorcist* ang nakita ko.

• •

Mas okay matakot kesa malungkot—#AlexAdvice

• •

Do clean up.

Linisin mo ang bahay n'yo o kwarto mo. Linisin mo ang refrigerator n'yo. O kaya, ayusin mo ang closet mo tapos mag-garage sale ka, kikita ka pa!

Do pamper yourself.

Magpa-salon o spa ka. Magpagupit at magpakulay ka ng buhok. Magpa-massage ka. Magpa-wax ka. Magpa-dentist ka. Try to chill, relax, and enjoy.

Do go for retail therapy.

Mag-shopping ka! Kahit mag-spend ka lang ng P300. Basta may mabili ka lang na gustong-gusto mo. Kung madami kang pera, mag-one time, big time shopping ka; bilin mo 'yung isang bagay na hindi mo mabili-bili dati kasi namamahalan ka.

Do get a pet.

I have two dogs now. My first dog Nappy is from my mom. I got it when I first got my heart broken. Kasi parang nakita ko na masaya 'yung may mga pets na aso. Then my second dog Feely, my ate gave it to me as a birthday gift. Your pets can serve as diversions.

Do listen to motivational and inspirational songs.

Na-prove ko na nakakatulong talaga ang music sa pagme-mend ng broken heart. It can put you in a good mood. It can motivate and inspire you. S'yempre piliin mo 'yung papakinggan mo. The best ang "Let It Go." I always listen to Beyoncé, Demi Lovato, Stacie Orrico, and Kelly Clarkson. Pero please, 'wag kang makinig ng mga kantang tulad ng "Officially Missin' You" ni Tamia (*See my song recommendations on p. 82*).

Do sing your heart out.

Whenever you feel like singing, SING AT THE TOP OF YOUR LUNGS. Nakaka-release ito ng endorphins at rage. Mag-iPod ka at kumanta ka lang at i-feel mo na parang wala kang paki sa iba!

Do write letters to your ex— BUT don't send them to him.

I-release mo through writing lahat ng kinikimkim mong emotions. Just write everything you want to say. Ikaw lang naman ang makakakita n'yan kaya walang magja-judge sa'yo. I did this too, and it really helped with the coping process (*see one of the letters I wrote on p. 84*). 'Wag n'yo gayahin si Marco sa *Starting Over Again*. Later on, si Jesus naman ang sinulatan ko. It was like I was keeping a diary, and, through it, I got to see how I progressed or improved.

Do spend your spare days on
TV series marathons.

Watch TV series like *Friends* (except for Season 3, where Ross and Rachel broke up, kasi baka malungkot ka na naman) and *Sex and The City* (especially seasons 2, 4, and 5, where there are scenes on being single). Madami din ngayon ang naaadik sa mga Koreanovelas, try mong manood nu'n.

Do take a selfie.

Habang nagmumukmok ka sa kwarto mo, ang advice na ibinigay sa'kin ng friend ko eh, mag-selfie ka sa peak ng pag-iyak mo. Take pictures of yourself para makita mo kung gaano ka ka-chaka 'pag umiiyak. Naku, tingnan lang natin kung 'di ka tumigil sa kakaiyak. Hindi ko pa na-try ito, pero kayo, i-try n'yo.

Do make video blogs, and keep them to yourself.

Again, habang nagmumukmok ka sa kwarto mo, kung may laptop ka o cell phone na may front camera, i-try mong gumawa ng vlogs (video blogs). This is a good alternative kung tinatamad kang magsulat. This is another way of airing out your thoughts and emotions. Hindi naman kailangang araw-araw mo ito gawin, just do it when you feel like it, or when you feel like you're about to break down again. These vlogs will also show you your progress and improvement. Later on, 'pag tamad na tamad ka nang gumawa ng vlogs, it could mean na unti-unti ka nang nakaka-move on sa past mo. Akala mo walang epekto itong activity na ito, pero hindi mo napapansin day by day at minute by minute eh lesser and lesser na 'yung heartache mo. Kumbaga, parang na-immune ka na sa pain at numb ka na. Nu'ng pinanood ko uli 'yung vlogs na ginawa ko, natawa talaga ako sa sarili ko. But I value and embrace that part of my journey, because in the end, they were for my own good.

Do surf the net for help.

Make wise use of the wide resources found on the Internet ('Wag kang pupunta sa Facebook, Twitter, o Instagram para i-stalk ang ex mo!). There are so many articles and videos na makakatulong sa'yo. Try mo i-search sila T.D. Jakes, Joel Osteen, Paula White, Oprah, Iyanla Vanzant, and Tyra Banks. Follow Instagram accounts like @instagodministries and @jesus_ig for uplifting, inspirational quotes.

Do shout this out loud: "WHEW!"

Naisip lang namin ng friend ko 'yung "WHEW!" P'wede din namang ang sabihin mo eh "HA!" o kaya eh "WHOA." Ikaw bahala. Basta mai-release mo lang ang emotions mo sa pamamagitan ng pagsigaw. 'Di ba kasama sa coping mechanism natin ang fake happiness? 'Pag dumating ka sa point na sobrang bigat na nu'ng pain na nararamdaman mo, na babagsak na ang luha mo because you're faking happiness and trying to hide your true feelings, sumigaw ka lang. Gagaan ang pakiramdam mo.

Do know when to stop getting depressed.

Okay, take your time. Hindi dapat minamadali ang pagmo-move on. Pero there has to come a time when you should get up from this breakdown. Pag-isipan mong mabuti, do you still want to go out of your way to win him back? Sige, if matigas talaga ang ulo mo, i-try mo s'yang kausapin on the first week after your breakup. If by the second or third week, wala pa ding nangyayari, mag-decide ka nang kalimutan s'ya. Kung gusto mo magpakatanga, maximum na para sa'kin 'yung three weeks para gawin 'yun. Set a deadline—na hindi naman OA sa tagal—kung kailan mo tutuldukan ang depression mo. At 'pag sinabi mong "ayoko na," dapat stop ka na talaga sa pagpapakatanga at pagda-drama.

Do get to know God.

I started a relationship with God. Dati, oo, kilala ko siya pero wala talaga akong relationship with him. It was like knowing Manny Pacquiao. Alam ko na siya ang "Pambansang Kamao" at "People's Champ." Pero hindi naman talaga kami close. Hindi kami magka-text at magka-usap everyday. When I broke up with my second boyfriend, nagkaroon ako ng divine intervention. That's when I realized I should start a relationship with God. There's a big difference between knowing Christ and having a relationship with Him. Now, I leave everything to Him. I-try mong maging close kay God lalo na when you're depressed.

Top Horror Movies to Watch

Mahirap makatulog 'pag heartbroken ka. O kaya, minsan naman makakatulog ka dahil sa kakaiyak. Ang na-experience ko dati eh natutulog ako ng 4 or 5AM tapos gigising ako ng mga 7AM, at iiyak na naman ako. Matatakutin ako. Pero nu'ng heartbroken ako, hindi ako tinatablan ng takot sa mga horror movies. Kaya ang suggestion ko eh manood ka ng mga nakakatakot na pelikula nang mag-isa. Ituloy-tuloy mo lang ang panonood hanggang sa matakot ka. Para at least ma-divert mo din 'yung attention mo, kasi habang nanonood ka, may iba ka namang maiisip aside from being heartbroken. Kung mapapapikit ka man sa isang nakakatakot na scene, mas okay na 'yun kesa mapapikit ka sa kaka-iyak at kaka-isip sa sakit.

1. Sinister
2. The Conjuring
3. The Exorcism of Emily Rose
4. Insidious
5. Paranormal Activity 1
6. The Texas Chainsaw Massacre

Try This!

Whenever you feel sad and you're about to break down, take a deep breath and ask yourself the following questions. Maging honest ka sa sarili mo.

1. Bakit ka ba nalulungkot?
2. Dapat ka bang malungkot?
3. Gusto mo bang nalulungkot?

Kung "Hindi" ang sagot mo sa questions 2 and 3, 'yun naman pala eh. Alam mo na kung ano'ng kailangan mong gawin. Congrats! Malapit ka nang mag-advance sa Stage 5. Kung "Oo" o "Ewan" naman ang sagot mo sa questions 2 and 3, naku, sorry to say, but mukhang kailangan mong paulit-ulit pagdaanan ang ilang Dos na nabanggit ko hanggang sa ang maging sagot mo sa dalawang tanong na 'yan ay nagsusumigaw na "HINDI."

Don'ts

Don't contact him.

Delete his number (Baka binura mo nga ang number n'ya pero memorize mo naman! Paano?!). Lalong-lalo nang 'wag kang magda-drunk dial! Kahit chat, e-mail, o private message. Plus, don't text him back and don't answer his call. If you can't control yourself from texting or calling him, leave your phone at home, hide it somewhere na hindi mo agad makukuha, o 'di kaya eh i-surrender mo muna sa isang friend mo para lang sure na you won't contact him.

Don't see him.

Don't ask or beg him to meet with you. Or, don't accept his invitation for a meet-up.

Don't do wild or crazy stuff that will demoralize you.

'Wag kang gumawa ng mga bagay na magpapababa sa pagkatao mo. For example, 'wag kang magpakalasing sa isang bar na maaaring may makakita sa'yong kakilala n'yo ng ex mo. Your actions reflect who you are. Eh ayaw mo naman makarating sa ex mo ang ginawa mo and make him feel so relieved na you guys are over, 'di ba? Ayaw mo din namang ma-turn-off ang ibang guys sa'yo. Whatever you do, make sure it's something your future self will be proud-not regretful- of.

Don't watch romantic movies.

Don't punish yourself more by watching romantic movies like *One More Chance* at *Starting Over Again*. 'Wag mo i-compare ang love story mo sa love story ng movie characters.

Don't look for a rebound.

Nakakatulong temporarily ang suitors, pero 'wag kang mag-focus sa pag-entertain sa kanila. 'Di ba nga sabi ko, okay lang maghanap ng "ego boosters." Pero 'pag may nanligaw sa'yo, 'wag na 'wag kang mahuhulog at ma-a-attach agad. 'Yan nga ang nangyari sa'kin 'di ba, I tried to mend my heart through another relationship—which is maling-mali! Tandaan, the heartbroken women are the most vulnerable women. Most likely, he's just your rebound. Kaya mabilis mag-end ang rebound relationship eh, kasi akala mo matatanggal nu'n ang pain mo pero hindi—worse, baka makadagdag pa s'ya.

Don't go all out with your retail therapy.

Okay lang 'yung one time, big time, at pagbili-bili ng konti at murang mga bagay. But don't make it a habit to go to the mall for retail therapy. Depressed ka na nga, mababankrupt ka pa. Paano?!

Don't fool yourself.

Don't fool yourself na okay ka na, at kaya mo na makipagkita sa kanya. 'Wag mong lokohin ang sarili mo. Don't rush your moving on process. Do it at your own pacing.

Don't overthink things.

'Wag mong isipin ang sasabihin ng iba about you. 'Wag mo na isipin ang sasabihin ng family and friends n'ya. Kung kaya mo silang batiin nang hindi ka nahihirapan, go ahead and do it. But never overthink. It's not healthy for you and your recovery from heartbreak. It's yourself who you should be thinking about kahit pa magmukha kang selfish.

Don't go to places where you think you'll see him.

Kung alam mong hindi mo pa kaya 'pag nakita mo s'ya at hindi mo alam ang gagawin mo kung mangyari 'yun, 'wag kang pupunta sa mga lugar na alam mong nandu'n s'ya. At kung magkita man kayo accidentally, 'wag mo na lang s'yang pansinin. Dapat composed ka. Kasi ang impression that you would want to make is kaya mo kahit wala s'ya. Kasi kaya mo naman talaga!

The Top 20 Songs in my #StrongHagram Playlist

1. Since You've Been Gone by Kelly Clarkson
2. Better in Time by Leona Lewis
3. We are Never Ever Getting Back Together by Taylor Swift
4. Irreplaceable by Beyoncé
5. Shake It Off by Mariah Carey
6. Over It by Katharine McPhee
7. Leave by Jojo
8. I Never Really Loved You Anyway by The Corrs
9. Karma by Alicia Keys
10. Too Little, Too Late by Jojo
11. I'm Not Missing You by Stacie Orrico
12. Roll the Credits by Paula Deanda
13. Really Don't Care by Demi Lovato
14. It's Alright, It's Okay by Ashley Tisdale
15. Smile by Lily Allen
16. So What by Pink
17. Middle of Nowhere by Selena Gomez
18. I Learned from the Best by Whitney Houston
19. Shut Up and Let Me Go by The Ting Tings
20. I Belong to Me by Jessica Simpson

NOTE: Damahin mo 'yung mga lyrics ng mga ito, and imagine you're singing them to your ex. 'Wag kang makinig sa mga kantang tulad ng "Catch Me, I'm Falling," 'yung kanta ng ate ko. Hindi totoo 'yung line du'n na, "How can something so wrong feel so right all along?" Stop listening to sad love songs kasi kahit ano pa 'yang kantang 'yan, makaka-relate ka at iiyakan mo.

The Top 12 Songs that shouldn't be in Your #Strongstagram Playlist

1. Marry Me by Train
2. Stolen by Dashboard Confessional
3. I'd Still Yes by Klimaxx
4. Never Get Over You by Bellefire
5. Going Crazy by Natalie
6. On Bended Knees by Boyz II Men
7. One Last Cry by Boyz II Men
8. With You by Chris Brown
9. Cater to You by Destiny's Child
10. Lahat ng kanta ng The Script
11. Ang theme song niyo (Naku, 'wag na 'wag!)
12. Lahat ng kanta na instrumental pa lang ang tumutugtog eh naluluha ka na.

Untitled

So I thought he was The One because he came to my life when I needed someone to make me feel good about myself again. I know my intentions were all wrong and I was already feeling the uncertainty of our relationship. But here I am trying to win him back, hoping he would go back to his senses and start to realize he misses me and wants to be with me again.

Then maybe, when we're back together, he would already welcome the idea of fully committing to our relationship. It's very hard because I don't know if my heart and mind are just done waiting and expecting. I feel he might not come back anymore but I really wish he will. But if it won't happen, I pray that I will be stronger and more ready to meet my real prince charming.

I vow not to date around unless I'm really sure he is The One for me. A part of myself is thinking that maybe he was taken away from me just so we can fall back into each other's arms again, this time with no bad intentions, pretentions, or expectations. Just us—just because we want to be together.

It's been a week since we broke up, and I must say I've improved my way of coping compared to my previous breakups. I'm learning. But I really pray that, slowly, I'll also learn to let go. Maybe not now. I'll be okay as a single woman. I'll try to be happy with myself, my family, friends, work, and The Lord. They're all I need to live, and I have them already. Yes, maybe it's not our time yet. But I'll be praying that, in the end, it would still be you.

THE CRAZIEST THINGS I EVER DID FOR LOVE

Write the craziest things you ever did for love. Please don't be shy. I won't judge you. Just write everything. Again, tayong dalawa lang naman ang nandito. After writing them down, fold this page.

#GGSS. LOL!!!

STAGE 5: ACCEPTANCE

*"Before I open my heart to someone again,
I have to learn to love myself first"*

MAGANDA NA ALAM MO KUNG SAAN KA NAGKAMALI, kung ano'ng standards mo ang na-compromise, kung ano'ng katangahan ang hindi mo na dapat ulitin, at kung hanggang saan ang capacity mo as a girlfriend or partner. Accept your mistakes. Mahirap man, try your best to forgive and forget. Accept why your relationship ended up. Only by doing these can you truly move forward.

Balik-alindog, 'yan na muna ang dapat na iniisip mo. But don't do that to seek revenge on your ex or to please others. Kung gagawin mo man 'yan, dapat gawin mo para sa sarili mo. Gawin mo dahil gusto mo. Gawin mo dahil tingin mo isa sa mga bagay na maaaring magpasaya sa'yo eh ang pagiging fit and fab. Go to the gym. Pero please lang, 'wag mo ako gayahin na pumunta sa gym tapos nag-iiyak lang ako sa trainer ko. Bumalik lang ako sa depression stage.

Focus your attention on yourself. Kung pupunta ka ng gym, dapat ang focus mo eh ang magpaganda ng katawan.

Everything you plan to do at this point must all be geared toward helping you get better. Ikaw lang ang makakatulong sa sarili mo, wala nang iba pa. Kung hindi ka kikilos, you'll be stuck in the depression stage. Gusto mo ba talagang masira ang buhay mo dahil sa isang lalake na baka hindi naman deserving sa love and attention mo? Do not be unfair to yourself. Smile from the heart. Wala na dapat 'yang feeling na "faking happiness." Live a happy life—because you deserve it.

• •

'Wag kang maghanap ng temporary happiness by rushing into a relationship, because doing so will just worsen the pain you're experiencing. The heartbroken ones are vulnerable. Don't let anyone take advantage of you. Been there, done that. Trust me—#AlexAdvice

• •

4

#LGMO
Let Go
Move on

Let Go, You Have a Long Way to Go

*"God knows who belongs in your
life and doesn't. Trust and let go.
Whoever is meant to be there, will still
be there"—@INSTAGODMINISTRIES*

Let go of your negativity.

THIS IS THE ROOT OF ALL EVIL. SA BIBLE, MONEY ANG root of all evil, pero for me, ito 'yun. Kasi this is about the way you think. Sometimes the situation or the person who hurt you is not the enemy, but it's actually within you, it's your mindset. Whatever your mind thinks, the heart follows, so you must let go of negative thoughts like pagtatawanan ako, mukha akong tanga, or wala na akong makukuhang better guy 'pag iniwan ako ng boyfriend ko. Lahat ng negative na p'wede mo maisip—and I know it's normal na maisip mo 'yang mga 'yan sa depression stage—you really need to let go of those. Remember, ang negativity, parang sakit 'yan eh. Isang negative thought mo lang, tutuloy-tuloy na 'yan. Kunwari, "Ano ba 'yan?! Iniwan ako. Siguro kasi ang panget ko. Wala na talagang magmamahal sa'kin...kasi naman ganito ganyan ako." Dere-deretso na 'yan, kaya 'pag may isa kang negative thought, i-delete mo agad kasi sometimes that's the enemy trying to steal away your healing process. Kung anuman ang sitwasyon

91

mo, nothing is impossible with Christ. 'Wag kang susuko at magpaka-negative. Tatanggalin ka ni Lord sa sitwasyon na 'yan. Minsan, kung iisipin mo, ang tagal mo nang wala du'n sa depression stage, pero dahil negative ka, hindi ka makaalis-alis du'n. May bago ka na palang trabaho at ang daming opportunity na ang nagbukas for you, but because of your negativity, hindi mo nakikita ang mga blessings na 'yun. So enough of negativity.

· ·

Insecurities will eat you up. So, I suggest you eat your insecurities and poopoo them—#AlexAdvice

· ·

Let go of your insecurities.

Sabi nga nila, ang tao ay walang contentment sa buhay. Gusto mo ng car, pero 'pag nagkaroon ka na ng car, ang gusto mo na eh yacht, pero 'pag nagkaroon ka na ng yacht, ang gusto mo na eh airplane, pero 'pag nagkaroon ka na ng airplane, ang gusto mo eh makalipad ka na lang. Ang kulot, gusto straight; ang straight, gusto kulot. Wala tayong contentment, at 'pag wala ka nu'n, your insecurities will always eat you up. Again, ang root nito ay ang pagiging negative mo sa buhay kaya nagiging insecure ka. Remember, ang sabi sa Bible, sa Luke 6:45, "The good person out of the good treasure of his heart produces good, and the evil person out of his evil treasure produces evil, for out of the abundance of the heart his mouth speaks." Don't compare yourself to other people kasi iba-iba tayo. Ang destiny ni Pedro ay iba kay Juan. Out of all the billions upon billions of people in this world, wala kahit isa tayong kapareha ng DNA, meaning we are all unique. So hindi ka dapat ma-insecure. We all have different blessings, destinies, and lives, so why compare?

Let go of your fears.

'Wag kang maging duwag. Face the future God has prepared for you. Don't be afraid of being single because there's nothing wrong with it. Hindi kasalanan ang pagiging single so it's nothing to be sorry for or ashamed of. More importantly, don't be afraid to love again just because you've been hurt several times. Somewhere out there someone is also waiting and praying for your arrival.

Let go of your inhibitions.

'Wag kang maging masyadong overprotective sa sarili mo. 'Wag mong pigilan ang nararamdaman mo. Balansehin mo ang self-control mo. Don't hold yourself back from saying and doing things (which may eventually contribute to your total healing) dahil iniisip mo na agad ang mga negative effects that may come up from your words or actions. If you don't try, how can you fly?

Let go of your anger.

Do not fill your heart with grudge. Don't ever let anger eat you up again, because if you do, you're the one who's going to be hurt the most. Madaming panahong masasayang kung magkikimkim ka ng galit. At kahit magalit ka nang magalit sa ex mo, kung siya eh masaya at naka-move on na, don't you feel you deserve that too? Hihilain ka lang pababa ng galit na 'yan; let go of it so you can soar high. Mahirap man gawin sa umpisa, learn to forgive and forget.

Let go of your self-doubt.

After going through a tough breakup, kailangan mong

ma-regain ang self-confidence mo kasi nakaka-drain ng tiwala sa sarili ang breakup. Kung sa'yo man may naging problema sa previous relationship mo, don't let that define what kind of person you can still become in the present and in the future. If there's anything permanent in this world, it's change, and you can change for the better. Things around you can change for the better. But first, you need to feel good about yourself so that good things can happen to you (*I-try mo itong activity na ito on p. 122 to remind yourself of your great qualities*). Attract positivity in your life. Make a mantra and always repeat that to yourself every time nagse-self-doubt o nalulungkot ka (*Check out p. 120 to see my mantra*).

Move On, The Show Must Go On

For the sake of analysis, let's compare the love life with a movie's storyline na may plot at conflict. S'yempre ang characters ay kayo ng guy, at kunwari ikaw ang bida...and it so happened na ikaw din ang direktor.

After maipalabas ang lahat ng scenes n'yo, say, mula sa getting-to-know-each-other stage to love quarrels to breakup, du'n na ba natatapos ang lahat? 'Di ba may mga movies na kahit na nag-roll na ang credits eh hindi pa du'n natatapos ang istorya? Uso na kasi ngayon 'yung may post-credit scenes kasi p'wede naman magka-sequel ang movie.

Just like your life, tapos na ang chapter ng life mo na kasama mo s'ya. At dahil ikaw ang bida at direktor ng sarili mong movie (a.k.a. your life), ikaw ang makaka-control sa mga susunod na scenes (of course, with the Lord's guidance).

Kung susuko ka na lang sa paggawa ng movie, isipin mo na lang lahat ng mga tao sa paligid mo na maaaring maapektuhan.

• •

Sa buhay mo, ikaw ang bida, so stop acting like a kontrabida or playing supporting roles. Tandaan mo, ang mga bida ay laging panalo sa ending. So, be a bida!—#AlexAdvice

• •

Here are the reasons why you should move on:

- **Move on for your family.** Don't be unfair to them. Some of them may be drawing strength from you too, and hindi makakatulong kung magpapaka-depress ka lang. Aren't they strong reasons enough for you to pick yourself up? Isipin mo na lang, for example, kung may mas nakakabatang kapatid ka na babae, ano na lang ang iisipin n'ya about love? Kung magpapakita ka na ng pagbe-breakdown mo, baka matakot na din s'yang sumugal sa pag-ibig.

- **Move on for your friends.** Same example as above, kung may friend ka na may boyfriend, at nakikita ka n'yang nasisira ang buhay dahil sa love life, tingin mo hindi s'ya mapa-paranoid about her own love life? Be mindful of their situations and feelings, too. Hayaan mo ang friends mo to help you get through this tough breakup. Kumuha ka ng additional lakas from them.

- **Move on for yourself.** Don't waste your time wallowing. Instead, try to find other things that you can be good at. There are so many opportunities that could come to you, only if you allow them to. Think about the things you can still achieve, the dreams you can still fulfill, and the person you can still become. Lalim nu'n ah!

- **Move on for The One.** You should never be defined by a guy or a failed relationship, para kung ma-heartbroken ka man, hindi ka pa din broken as a person. At 'pag dumating si The One, hindi ka mahihiyang humarap sa kanya kasi nabuo mo uli ang sarili mo.

How I Moved On

ALAM KO MAHIRAP MAG-MOVE ON. IT'S ALWAYS A process. May moments na feeling natin mag-isa na lang at sobrang helpless na tayo (e.g. wala nang nanliligaw sa'yo; wala ka na talagang magustuhan; hanggang ngayon single ka pa din; hindi mo na alam kung saan ka pupunta kasi napuntahan mo na ang lahat ng coffee shops at bars pero wala ka pa ding nami-meet; na-add mo na ang lahat ng tao sa Facebook at mas madami ka ng friends kesa kay Mark Zuckerberg pero wala ka pa ding boyfriend), dapat dito pa tayo mas maging maligaya.

The moment na parang naubos ko na ang plan A to Z ko and the more akong naging useless at hopeless, that was the moment I felt thankful and joyful kasi, for me, it means God removed all of them para 'yung plan na n'ya ang mag-take over sa buhay ko. 'Yung plan ni Lord, never n'ya 'yan hahayaang mag-prosper sa buhay mo unless meron ka pa ding mga plans. He loves you that much para tanggalin n'ya ang lahat ng mga bagay na alam n'yang hindi perfect for you.

Sasabihin n'ya sa'yo, "O, _____ (*put your name on the blank*), tatanggalin ko na ang lahat ng plano mo ha kasi ito na ang plano ko, so sana hayaan mo akong ayusin ang buhay mo."

Kasi, sabi nga sa Jeremiah 29:11, "'For I know the plans I have for you,' declares the Lord, 'plans to prosper you and not to harm you, plans to give you hope and a future.'"

Dati nagpa-plano ako, na gusto ko by 28 years old eh married na ako at by 31 years old eh may baby na ako, pero nawala lahat 'yun. Nu'ng time na wala akong boyfriend, na-feel ko lahat ng plano ko eh nawala. Tapos 'yung career ko, lumipat ako bigla sa ABS-CBN pero 'di ko alam kung ano'ng mangyayari sa'kin.

But after giving up all my plans, I've never felt happier, more contented and blessed in my life. Promise. No joke.

When I was trying to move on, I set a deadline. I told myself I will not move on 'til June of this year. During this moving on stage, wala akong ginagawa. Dati ang ginagawa ko eh pumupunta ako sa bars, meet up with my friends, and go to different happenings. Pero 'pag nasa bahay na ako, nanonood lang ako at alam kong hindi ako masaya kasi hindi ganu'n ang gusto ko sa buhay ko. Ang gusto ko is may boyfriend ako to whom I can share my thoughts with.

But after my third heartbreak, I finally let God do His job. And yknw what happened?! My parents planned a trip to New York. After that trip, I spent my birthday here in the Philippines. Then I was asked to join *ASAP* in Dubai. I also started taping for a show. May lungkot factor pa din ako pero nakaka-cope naman ako. May mga taong nagpapasaya sa'kin pero hindi pa din talaga ako completely happy at that time.

Tapos last April, when I was still in the process of moving on, ipinasok ako ni Big Brother sa bahay n'ya. Dapat daw two weeks lang talaga ako sa loob so dapat nakalabas na ako nu'ng May, pero lumabas ako ng bahay nu'ng June at 'di ba 'yun ang deadline that I set for moving on. When I stepped out of the house, timing na mag-e-air na 'yung show ko na *Pure Love* tapos ginawa ko itong book. Naging super busy ako.

Wala akong cell phone sa loob ng bahay. Wala akong connection sa outside world. Kaya ang dami kong nalaman about myself. Nalaman ko na ate material na pala ako, na ang dami ko na pala talagang responsibilities. Ang dami kong realizations sa buhay, like 'yung parents ko, grabe pala ang pagmamahal nila sa'kin at sa ate ko.

The time I spent inside Big Brother's house, that was also part of my healing process. And I didn't plan that. But it really helped me. Now, when I look back, before I entered the house, feeling ko that was my last hurrah to really recover from everything. Perfect timing ang lahat after. Nakatulong 'yung experience sa sarili ko, sa family ko, and sa career ko. I met so many people. It was eye-opening. I can say my life levelled up nu'ng hinayaan ko s'yang gumawa ng paraan para maka-move on ako. Ang daming nangyaring maganda sa'kin in just less than a year. Ganu'n kagaling si Lord mag-plan ng buhay. He went beyond my expectations.

Signs You've Moved On

IF YOU WOULD ASK ME IF I WOULD CONSIDER MYSELF strong now then rate myself from 1 to 10 (1 being the lowest and 10 being the highest), I can definitely say I'm a 10. Pero before, when I was still going through depression stages, I was just a 5 or a 6. Now I can be alone and still be happy.

Yes, I still get hurt but the intensity is not as strong as before.

When you decide to let go and move on, think about your actions carefully. 'Wag kang gumawa ng mga bagay na life-changing at permanent ang effect.

Example:

- Mag-migrate sa ibang bansa.

- Magpa-tattoo.

- Magpabuntis sa ibang lalake.

- Magpakamatay. NO-NO! Ang love life, maibabalik mo pa sa buhay mo, pero ang buhay na sinira mo dahil sa love life mo eh hinding-hindi mo na maibabalik.

Okay lang 'yung magpagupit ng buhok. P'wede 'yang part ng balik-alindog program mo.

Naka-Move On Ka Na Kung...

1. Kaya mo na hawakan ang cellphone na you don't feel the urge to text or call him.

2. May nangyari sa'yo na masaya, at ang gusto mo tawagan ay ang friend mo at hindi s'ya.

3. 'Di ka na nag-aayos ng itsura mo for him.

4. Kaya mo na manood ng rom-com movies nang 'di ka na naiiyak dahil naka-relate ka (kaya mo na manood ng *One More Chance* at *Starting Over Again* nang hindi ka napipikon).

5. Ayaw mo na manood ng horror movies, kasi tinatablan ka na ng takot. Ako, ang huling pinanood kong horror movie na natakot talaga ako eh 'yung *Sinister*. Pagkapanood ko nu'n, du'n ko nasabi na may konting kurot na sa'kin 'yung takot.

6. Makakagawa ka ng libro about moving on.

7. Kaya mo nang tingnan ang pictures n'yo nang hindi ka naiiyak.

8. Happy ka na at nakakatawa ka na *genuinely*.

9. Hindi ka na nalulungkot umuwi mag-isa kahit pa walang pumapansin sa'yong friend mo kasi lahat sila busy makipag-date.

10. Mag-isa ka mang kumain sa resto o mag-isa ka man sa bahay, okay lang ang feeling mo.

Lastly, hindi ka na umaasa na magkakabalikan kayo! (Fine, hindi na ako aasa! Haha)

• •

You never get over the pain of loss, you just get immuned to it. Immunity = Stronger you—#AlexAdvice

• •

5

Single,
but not Alone
& Definitely
Not Lonely

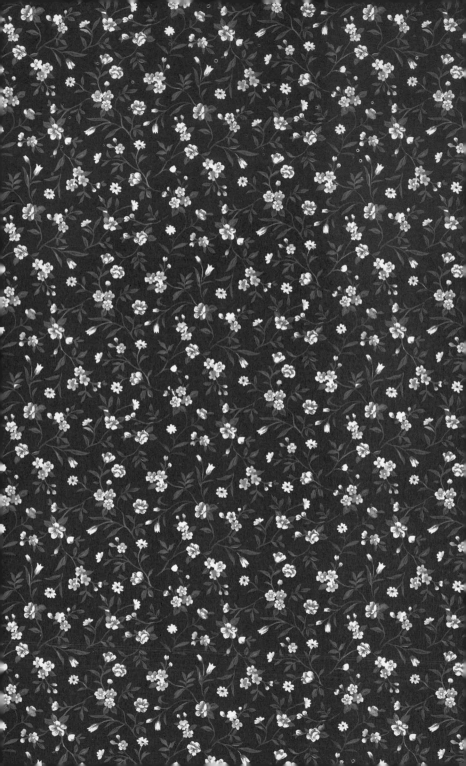

WALK WITH GOD: FAITH, HOPE AND LOVE

"There is an appointed time for everything. And there is a time for every event under heaven. A time to give birth and a time to die; a time to plant and a time to uproot what is planted"
—ECCLESIASTES 3:1

TUWING NAIISIP KO 'YUNG MGA HEARTACHES NA pinagdaanan ko, hindi ko pa din maiwasang umiyak. Hindi dahil hindi pa din ako naka-move on kundi naaawa ako sa sarili ko kasi naging sobrang clueless at helpless ako. Thankfully, during those times when I felt alone, I found a father, brother, and friend in God.

May mga times na naramdaman ko talaga that God was at work. Katulad nu'ng nangyari with my second boyfriend, 'di ba we were supposed to get back together then next thing I knew, may girlfriend na s'ya. Siguro gumawa ng paraan si God para hindi talaga kami magkabalikan, kasi He was saving me for The One.

Madami akong mga ginawa na nakatulong maka-relieve ng pain na nararamdaman ko temporarily. But what I did to really mend my broken heart was I started a relationship with God. I would always pray to him and tell him I'm surrendering everything to Him. I got to know him on a deeper level. I would read the Bible everyday. Minsan umiiyak pa ako habang nagbabasa. There were times when I would cry my heart out and talk to God as if He's right in front of me. Kinakausap ko s'ya araw-araw. Lahat ng desisyon ko, kino-consult ko sa kanya. Whenever I would cry my heart out to Him, I would always feel relieved.

THE iPHONE THEORY

I LIKEN THIS RELATIONSHIP I DISCOVERED WITH GOD TO the iPhone and Steve Jobs. In the case of an iPhone, it's the creator (Steve Jobs) who knows exactly the main purpose of the iPhone and why it was created. He made a manual for the users to know how to operate it. But who is the one who can use the iPhone best and maximize its features? Of course, it's the one who made it. Just like in life, we were created by God and only He can maximize our potential. He gave us the Bible as our manual on how to make the most out of our lives. So I believe that if you let God do His work on you, you will reach your full potential. Habang tina-try kong mag-move on, ang sarap ng feeling na kahit umiiyak ako, kinakausap ko si God na para kong kaibigan.

Nagjo-join pa ako ng cell groups[11] before. Nagdi-discipleship pa ako. Du'n sa first boyfriend ko, tuwing heartbroken ako sa kanya, pumupunta ako sa cell groups kasi naghahanap ako ng mga taong kakausapin ko. At sa tuwing nagkakabalikan naman kami, nakalimutan ko

---

11   A cell group is a form of church organization. Tinatawag din itong bible study groups.

nang magpunta sa cell groups. But later on, I realized I should be doing that full-time. Sa panahon kasi ngayon, napapansin ko, kinakausap at tinatawag lang ng iba si God 'pag kailangan s'ya. Ginagawa s'yang ATM na 'pag may kailangan lang tsaka nilalapitan.

Nu'ng heartbroken ako, palaging sinasabi sa'tin ng family and friends natin na "You should move on," pero kadalasan eh hindi naman ako nakikinig at hindi pa din ako tumitigil sa pagwa-wallow. Pero there came a time in my life na nararamdaman ko that God is saying no. Kung naramdaman mo man 'yun pansinin mo at 'wag i-ignore kasi He is trying to make your life better.

Whenever I would pray, may nafi-feel talaga ako na kumakausap sa'kin at sinasabing "i let go mo na siya," pero 'di ko pinapansin. There were even times when I would pray before, sinasabi ko pa na, "Lord, ibalato mo na sa'kin 'yung love life part ko. Okay na ako du'n." Which is a big no-no! So when I decided I want to make Jesus my Lord and Savior, I submitted and surrendered everything to Him.

Ngayon ko na-realize na talagang nag-pasaway ako kasi every time pumapasok ako sa relationship, merong bumubulong sa'kin na 'wag tumuloy pero ipinilit ko pa din. Now I'd like to believe I went through heartbreaks because I was too stubborn to listen to His warnings..

Walang halong biro pero ito talaga ang nakatulong mag-heal sa'kin. I knew God will heal my broken heart. Kung talagang para sa'kin ang isang guy, alam ko ibibigay s'ya sa'kin ni God in His right timing.

Lagi ko iniisip 'yung Romans 8:18, which says, "I consider that our present sufferings are not worth

comparing with the glory that will be revealed in us."
Kinaya kong maging masaya kasi kumapit ako kay Lord. I
always prayed for Him to give me joy, kasi nu'ng wala ang
joy na yun, lagi na lang akong naghahanap ng happiness
from other people. Mali 'yun. It was all temporary.

I strived hard to find that joy within me. I just kept the
faith alive and continued hoping for the best, because I
know love is on its way.

Joy vs. Happiness

Joy and happiness are two different things for
me. Happiness is something you get from external factors
(e.g. may nag-regalo sa'yo), but joy comes from deep
down your heart.

My aim for you is to have joy, not just happiness.
Kasi ang joy, hindi 'yan nananakaw sa'yo. Hindi 'yan
makukuha ng kahit sino. Ang happiness naman mabilis
makuha at mawala sa'yo. Hindi permanent.

Maaaring sad ka ngayon, pero 'pag tinanong ka kung
ano talagang nararamdaman mo, you're still joyful. But
how will you get joy? Ang joy, bigay 'yan ng Creator natin,
pero nanggagaling din 'yan sa kaibuturan at kaluluwa
mo. At kahit ano'ng mangyaring gulo sa'yo or magkanda-
letse-letse (sorry for the term) man ang buhay mo, when
you're still in a joyful state, hindi ka magre-resort sa
suicide or you wouldn't question your existence.

Ito ang difference ng thinking when you're joyful versus
when you're happy:

Kapag nag-break kayo ng boyfriend mo...

JOY

- "Ang sakit pero hindi talaga kami meant para sa isa't-isa. Merong lalakeng para talaga sa'kin. At kung hindi naman nakatadhana sa'kin na magkaroon ako ng The One, I will accept it and continue to be joyful.

- "Siguro malapit ko na ma-meet 'yung para sa'kin, hihintayin ko na lang s'ya."

HAPPINESS

- "Wala na akong boyfriend. Paano na ako ngayon? Malulungkot na ako. Wala akong ka-text, ka-date, o kausap. Ang sakit. Gusto ko na lang mamatay."

- "Bakit lagi na lang akong iniiwan? Ano'ng mali sa'kin?"

Meaning: 'Pag ikaw, happy ka lang dahil may boyfriend ka, 'pag nawala ang boyfriend mo, tapos ang kaligayahan mo. Pero 'pag joyful ka, kahit nag-break kayo at single ka na, masakit pero makakaya mo. Mas nakikita mo ang positive side sa mga bagay. P'wede din naman 'yan kahit hindi sa love life. Example:

• •

Being joyful is about staying positive when everything else seems to fail—#AlexAdvice

• •

Kapag kunwari 'yung karibal mo sa trabaho eh nu-promote, or 'yung kaaway mo sa school eh crush ng crush mo...

Joy

- "I just wish him or her well. Kanya-kanyang time to shine naman 'yan. Kuntento ako sa kung ano'ng meron ako."

Happiness

- "Ha? Unfair. Hindi p'wede! Naiinggit ako. Bakit ganu'n? Kawawa naman ako."

Meaning: 'Pag happiness ang meron ka, 'yung mga nakapaligid sa'yo, nakakaapekto sa nararamdaman mo. When you're joyful, you're contented kaya kahit ano'ng mangyari sa paligid mo, hindi ka ma-a-alarm o magpa-panic. So, bago ka maghanap ng happiness mula sa boyfriend mo, hanapin mo muna 'yung joy from within. Para kahit lokohin ka man ng lalake or may balak man siyang lokohin ka, you will still be the complete and joyful you. You will never be broken.

"Take delight in the Lord, and He will give you the desires of your heart"
—Psalms 37:4

Ang best na nakakakilala sa'yo eh si Lord kasi s'ya ang gumawa sa'yo, and we were all fearfully and cheerfully made by Him, kaya alam niya ang biggest potential natin. So, bago ka maghanap ng ikakaligaya mo o ng peak ng happiness mo, you should always go back to your roots.

Sometimes 'pag bata ka pa (at kahit matanda ka na), hindi mo pa din alam kung ano'ng gusto mo. If I ask you, "WHAT DO YOU REALLY WANT?," probably you still don't know. Life is full of surprises, so we really don't know what's going to happen next, and wala naman talagang sure dito sa mundo. And before you know it, ang happiness mo ngayon eh maaaring mawala kaagad bukas. Kaya, aim for joy kasi kahit ano'ng challenge ang ibato sa'yo ng life, you will still be cool, calm, and collected kasi matibay ka from within. So ako, I always seek God kasi, for me, s'ya lang ang permanent na makakapagbigay ng joy at s'ya lang ang perfect na nakakaalam kung ano talaga ang para sa'kin. Hindi 'yung try ako nang try.

Kung ano talaga 'yung gusto ko na I was yet to discover about myself before, it unfolded through my journey in strengthening my relationship with Christ. And you will be surprised kasi 'yung dating akala mong gusto mo eh 'di naman pala talaga 'yun ang gusto mo at ang para sa'yo. So, happy discovery! Good luck. Excited ako for you.

• •

Happiness is dependent on what's happening around you. Joy is something that comes from within—#AlexAdvice

• •

How I Won ~~My Ex~~ Myself Back

*"Above all else guard your heart, for
everything you do flows from it"*
—Proverbs 4:23

Sa bawat breakup na pinagdaanan ko, naging ugali kong mag-compare ng relationship ko sa iba dahil mahilig akong umasa na magkakabalikan kami ng ex ko. Hindi naman imposible mangyari 'yun, 'di ba? Bakit ba sina Dao Ming Si at Shan Cai sa *Meteor Garden*? Bakit ba sina Lucas at Peyton sa *One Tree Hill*? Bakit ba sina Ross at Rachel sa *Friends*? Bakit ba sina Ryan at Marissa sa *The O.C.*? I was too busy comparing myself, my ex, and our relationship sa mga napapanood kong love stories. Keyword: "Napapanood." Parang expectation vs. reality lang 'yan sa *500 Days of Summer*.

What I failed to see is the reality na hindi naman p'wedeng tuwing may mawawala sa'yo eh papalitan mo agad. Kumbaga sa isang materyal na bagay na nawala mo o nanakaw sa'yo, kailangan mo munang mag-ipon uli ng pambili para mapalitan mo 'yun. In the case of singlehood, dapat ka munang mag-ipon ng strength, confidence, and love for oneself bago ka uli mag-splurge sa pag-ibig. Kung hindi mo muna aayusin ang budget mo eh malamang mabaon ka sa utang.

Dapat masabi mo sa sarili mo, "Kaya kong maging single." Kilalanin mo ang sarili mo. Mag-alone time ka with yourself. Nu'ng ginawa ko 'yun, eto ang na-realize ko:

The guy whom I liked for six years seemed to be my one true love. But now, when I look back, hindi ko talaga maintindihan kung ano'ng nagustuhan ko sa kanya.

Siguro dahil iba na ang standards ko ngayon. Nag-mature na ako.

I know hindi na ako 'yung Cathy noon. Iba na ako. Iba na 'yung mga gusto ko. 'Yun nga lang, siguro kinailangan ko ma-experience ma-heartbroken ng tatlong beses para ma-realize ko na may sinusubukang sabihin sa'kin si God, that He put me in the same situation several times until ma-realize ko that I have to learn something.

Siguro ayaw pa talaga ni God na magka-boyfriend ako ngayon. Baka may plan s'ya for me. But because I was so depressed, hindi ko napansin agad 'yun. I realized you shouldn't have a trial and error relationship, you just have to patiently wait. Sabi nga sa *The Sweetest Thing*, "Don't go looking for Mr. Right Now. Look for Mr. Right."

Kinailangan ko ng breather, so I felt I needed to be single, at least for now. Because I want to wait for The One. So naghanap ako ng life coach to help me set my objectives in life. I decided to help myself. Nakatulong 'yung pag-iyak-iyak ko sa kanya. Through our sessions, I realized more how lost I was, na hindi pa din talaga ako nag-heal from the first guy who I was so fixated on for six years. So nagpaka-strong ako. I chose to be single, to really understand what happened and hopefully know myself better in the process. I asked myself so many questions:

> Cathy, ano ba talaga ang gusto mo? If you think about it, you knew all the guys you dated were wrong for you, but why did you stay with them? Why did you allow yourself to get lost in these relationships? Ano ba talaga ang gusto mo?

My realization was that I was merely settling dahil hindi talaga malinaw sa akin kung ano ang standards ko. Kaya nag-settle ako sa kung sino 'yung and'yan. It turned out, pampalipas-oras lang sila. Parang ganito 'yan eh: 'pag gutom ka, kahit ano eh masarap para sa'yo. Pero 'pag 'di ka gutom, kaya mo pang piliin kung ano talaga 'yung gusto mong kainin. Same principle 'yan sa pagbo-boyfriend.

Now nagpa-flashback sa'kin 'yung actions ko. Bago pa lang magsimula 'yung second and third relationships ko eh nakita ko naman na may signs on why I shouldn't pursue dating them, pero pumasok pa din ako sa mga relationships na 'yun. I asked myself, "Bakit?" At wala akong maisip isagot sa sarili ko kundi, "Wala lang." Ang batang-isip, 'di ba?

Pero alam ko na ngayon na ayaw ko na ng playtime. Kahit pa madaming magpa-cute sa'kin. Hindi na ako maghahanap ng guy who I can be with for the meantime. Call it cheesy, but ang dapat na hinahanap ko eh a guy who will be there with me till the end of time. See the difference?

> *If you're still comparing your new relationship with your previous one, STOP! It means you're still not ready for a new one kasi may baggage ka pa sa ex mo.—#AlexAdvice*

My life coach told me that what happened was the Cathy of the first guy was just the Cathy to the second guy, and the Cathy to the second guy was just the Cathy to the third guy. Eh dapat every relationship na natatapos eh may ibang Cathy na pumapasok.

Ang hirap na pasok ka ng pasok sa iba't-ibang relationship, at every time na ginagawa mo 'yun, nababawasan ang pagkatao mo. You lose a part of yourself. Hindi ka na buo. Kaya kailangan mong punuin 'yung part na 'yun. Paano? By healing. By being single for the meantime. At hindi naman ibig sabihin nu'n eh maging man hater ka na. It's okay to be friends with guys, but know your limits and boundaries. Don't easily fall for a guy just because, say, he smells good. Gets? 'Wag kang mababaw, kasi baka malalim na naman pala ang iwanang sugat sa'yo n'yan.

Ikaw muna. Parang 'yung kanta ni Beyoncé, "Me, Myself, and I." Mahalin mo ang sarili mo. Du'n sa joy na 'yun ka huhugot ng strength to go on. Ang lagi mong iisipin after a breakup is yourself. And it's not about being selfish; it's just about directing your attention back to yourself. Never think about your ex or the relationship you had with him, because after the breakup, wala ka nang kasama kundi ang sarili mo.

Embrace your new life as a single woman. Again, sasabihin ko ito kahit for the nth time, kaya mong maging single! Get to know who you *really* are and what you want first. Set your standards. When you know your standards, you also know your limits and your worth. Never compromise your standards. May theory ako para d'yan...

THE LOUIS VUITTON THEORY

THINK OF YOURSELF AS A LOUIS VUITTON BAG. ANG LV, never 'yan nag-sale. Kung ano ang prices ng bags nila, sorry, take it or leave it. Kung gusto mo bumili, pag-ipunan mo, magtipid ka. Alam kasi ng LV na 'yung products nila eh high quality so they won't bring down the price para lang dumami 'yung customers nila. Dapat ganu'n tayo bilang mga babae. If you know na worth it ka, na rare breed ka, hindi mo dapat ibaba ang standards mo para lang madaming manligaw sa'yo. Women usually compromise the things they want just for men. But I thik it should be the other way around. Men should be the one reaching for our standards. Sila dapat ang nag-iipon for us. I believe that men are hunters. So tayong mga babae, we should stop hunting for men.

ANG SARAP NG FEELING NA ALAM MO NA ANG STANDARDS MO. When you know your worth na, hindi ka na magko-compromise, hindi ka na kailangang mag-sale.

It's really hard to step out of your comfort zone. But that's what I'm trying to do now. Being single is out of my comfort zone. But I know I'll get by just fine.

● ●

To be able to love someone else, you should love yourself first, but how will you love yourself if you don't know who you really are? Ngayong single ka na, kilalanin mo muna ang sarili mo. Think about yourself kesihodang magmukha kang epal sa mata ng iba.—#AlexAdvice

● ●

IDEALS VS. STANDARDS

THESE TWO WORDS MAY SEEM THE SAME, BUT NO. Magkaiba sila. Ang ideals eh 'yung mga pinapangarap mong qualities or traits na meron ang isang lalake. Kaya tayo may tinatawag na "Ideal Man." Merriam-Webster

Dictionary defines ideal as 1) an idea of perfection, beauty or excellence, 2) someone or something believed to be perfect that you admire, and 3) a mental image or in fancy or imagination only. Para sa'kin ideals eh 'yung mga bagay na based on physical appearance and worldly things.

Ang standards naman eh kung ano talaga 'yung gusto mo sa isang lalake o sa isang relationship. Hindi mo ito malalaman until nagkasama na kayo nu'ng guy at nakilala mo na s'ya. Standard, on the other hand, is defined in the Merriam-Webster Dictionary as "a level of quality, achievement, etc., that is considered acceptable or desirable" and "ideas about morally correct and acceptable behavior." Itong standards usually speak of who you really are and what you like/want/need and don't.

From these definitions alone, kitang-kita na ang pagkakaiba nila. The reason why I'm emphasizing their difference is because I believe it's important for you to know your ideals and standards before you decide to enter another relationship. Ang ideals kasi eh minsan nauunahan o nao-overshadow n'ya ang standards. 'Pag pumapasok ka kasi sa isang relationship nang hindi mo alam ang standards mo, du'n kadalasan nagbubunga ang problema. You need to get to the bottom of the problem para hindi na maulit ang mga mistakes mo in your previous relationships, at hindi ka na uli mabulagan ng ideals mo. You need to know your standards.

Para mas maintindihan mo kung ano ang ideals at standards mo, I'll list mine. Isulat mo din 'yung sa'yo tapos i-compare mo sa mga isinulat ko. Enjoy!

What Do You Like in a Man?

CATHERINE'S IDEALS	_____'S IDEALS
Gusto ko ng guy na... • Chinito • Maputi • Matangkad • Business-minded • May magandang kotse	

CATHERINE'S STANDARDS	_____'S STANDARDS
Gusto ko ng guy na...	
• May takot sa Diyos • May sense of humor, napapatawa ako 'pag malungkot ako • Sweet at pala-text at tawag sa'kin • Hindi babaero • Would always make me feel I'm a game changer	

Figure out what your values are because eventually you'll realize how important it is to find a partner who shares your values—#AlexAdvice

THE BOX OF APPLES THEORY

WHEN DATING, DON'T LOOK FOR SOMEONE WHO WILL complete you, but who will supplement or complement you. 'Di ba sinasabi nila na it takes two to tango sa isang relationship so dapat kung ano 'yung ibinibigay mo sa relationship, 'yun din ang natatanggap mo. Hindi mo p'wedeng ibigay lahat. Hindi din naman p'wedeng puro ikaw lang ang tumatanggap. Kaya nga mahalin mo muna ang sarili mo. Pero paano mo mamahalin ang sarili mo kung hindi mo kilala ang sarili mo? Hindi mo mamamahal ang isang bagay o tao kung hindi mo ito kilala. Kailangan mong kilalanin ang sarili mo, not through anyone, but through yourself and your Creator.

It's just like a box of apples, kung papasok ka sa isang relationship, tapos meron kang box of apples, at s'ya may box of orange, para maging fair kayo, ishe-share mo kung ano'ng meron ka, na may maiiwan sa'yo at may maibibigay ka sa kanya. Pero paano mo maibibigay ang apples mo nang hindi ka mauubusan kung hindi mo pa binubuksan yung box mo at hindi mo pa binibilang kung ilan talaga ang apples mo. Gets?

Kunwari nalaman mo na may 10 apples ka, 'yung isa bulok, so magbibigay ka ng 4 1/2 para fair kayo. Kasi alam mo kung ilan ang nasa loob ng box mo. Alam mo kung ilan lang ang kaya mong ibigay. Pero kung hindi mo muna binuksan ang box mo tapos bigay ka nang bigay baka pagtingin mo, wala ka na palang apple. In a relationship, there always has to be a balance, you have to be fair. You can't share your apple or any fruit or food unless hindi mo bilang, at hindi mo nakikita. Nangako ka ng apat na green apples, 'yun pala dalawa lang ang meron ka. Eh di mamomroblema ka tuloy kung saan ka pa kukuha. IT'S JUST LIKE KNOWING WHO YOU REALLY ARE. ALAM MO KUNG HANGGANG SAAN ANG BOUNDARIES AT LIMITATIONS MO, KUNG HANGGANG SAAN ANG KAYA MONG IBIGAY AT ITIRA PARA SA SARILI MO.

Like ako, pumasok ako sa second relationship ko na bulok pala ang ibinibigay ko. Hindi ko kasi kilala ang sarili ko noon. Tapos du'n sa third ko, takot naman ako magbigay. Parang "Teka, wait, binabawi ko kasi baka masaktan uli ako." Hindi ako fully nakakapag-share sa relationship. IT'S SUPPOSED TO BE ABOUT PARTNERSHIP AND SHARING—not making your boyfriend or your girlfriend your life but sharing your lives together.

• •

When dating, don't look for someone who will complete you. Look for someone who will complement you.—#AlexAdvice

• •

CATHERINE'S MANTRA

"I can do all things with the help of God who strengthens me."

_____'s Mantra

Cut this page and post on your mirror. Read it every single day
as your reflection looks back at you.

My suggestion: "Ang ganda ko kaya! Hello?!"

WHAT I LOVE ABOUT MYSELF

Here's some confidence booster for you. List down all the qualities you appreciate about yourself. List as many as you can—even the simplest ones!

I LIKE CATHERINE BECAUSE...	I LIKE _____ BECAUSE...
• She's pretty. • The more she stares, the prettier she gets. • She has a nice smile. • She has a nice laugh. • She's funny. • She's witty. • She has defined shoulders. • She loves having fun.	
	P.S. I like you too!

6

Note to Self

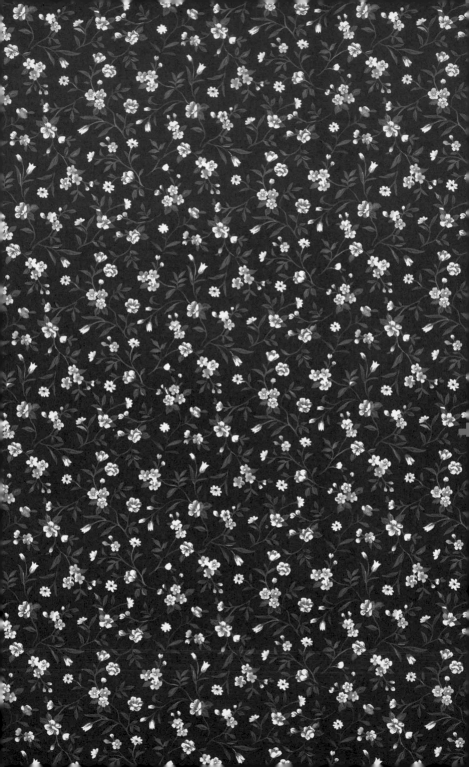

THE STORY OF CATHERINE (VERSION 2.0)

Dear Catherine,

First of all, gusto kita i-congratulate kasi for the past 10 months ay nakayanan mong maging LOVELESS—as in no texting, dating, entertaining suitors, or whatever! You didn't depend on anyone else but yourself for joy and happiness. You didn't settle with anyone who you feel is not The One. Mukhang natuto ka na.

You promised yourself your last heartbreak would be the last ever kasi ayaw mo na masaktan dahil sa taong hindi naman ready samahan ka forever. It's unavoidable to get hurt in a relationship, but I think it's okay to get hurt by someone who you know is ready to be with you for the rest of your life, dahil siya din mismo ang magtatanggal ng anumang pain na naramdaman mo sa relationship niyo.

All the plans na ipinilit mo eh walang nagawa kundi saktan ka lang. Kahit na naramdaman mo nang ayaw ni Lord sa plano mo, pinangunahan mo pa din Siya at ipinaglaban mo pa din ang gusto mo. Now alam mo na, na kahit ano'ng push mo, something will never happen unless

God wants it to. He just wants the best for you, at kaya hindi ka nag-prevail eh dahil lahat ng pinush mo waley.

Super lucky mo dahil God removed the people who are not needed in your life before it was too late. Thank you Lord talaga! Yes, masakit, pero alam mo na ang sakit na ito is for the best. This is the kind of pain that will make you stronger, better, and wiser. Sabi nga nila, "If God is not changing your situation, maybe it's because He's trying to change you."

Oo nga, sa tatlong beses mong naging heartbroken, nu'ng pangatlong beses ka lang talaga natuto at nagbago ng attack kung paano ka makaka-move on. And wow, see? He changed your situation! Now, you feel happy about yourself, your family, friends, and career, and you know you won't experience everything all over again. To top it all off, nagka-book ka! Ibang-iba na talaga ang sitwasyon

• •

I am single by choice, not by chance

• •

mo. And you're in your best state yet. Kaya ang status mo eh not single nor complicated, it's peaceful and joyous.

Ngayon mas na-appreciate mo na lahat ng blessings that you've always had with you. Tandaan mo, "DON'T LET THAT ONE THING YOU DON'T HAVE AFFECT HOW YOU FEEL ABOUT ALL THE THINGS YOU DO HAVE." Don't let things or other people steal the HAPPINESS you should be having. Bakit? Dahil it's true what they say, happiness is a choice. But what's more important is that you find joy, and JOY is a precious gift. When you have this joy within you, no one and nothing can take that away—not even a douche bag, player, coward or pervert! (Galit na galit ba? Haha)

Ngayon, na-realize mo din lahat ng pagkukulang mo kaya 'di pa talaga ibinibigay ni Lord si The One. Before, you never really had a stable and consistent relationship with Him. You were always calling yourself a Christian pero hindi mo naman talaga alam how to be one. You always mingled with people who were making you compromise your faith. At dahil weak ang pagiging Christian mo noon, lagi silang nagwawagi, so you would end up contradicting what you believe in. Christianity is not just about branding yourself, it's a way of life.

> *Instead of complaining, ask God, 'What is the lesson you're trying to teach me?'*
> —@INSTAGODMINISTRIES

Try to build a solid relationship with your Creator first para you'll never be deaf in hearing His voice. According to T.D. Jakes, "DEDICATION REQUIRES SEPARATION"—separation from someone or something that can hinder your spiritual progress in Christ. Kaya tingnan mo, nu'ng nagbasa ka na ng Bible everyday, lahat ng mga panggulong 'yun eh nawala ng 'di mo na-control.

Ang ganda ng naging last resort mo: To leave everything to God and let Him do His job, and it's the best and most effective decision you've ever made. Kaya congrats! *You are single by choice because you're now listening to God's voice.*

Lastly, among the three guys who broke your heart, do you know who broke your heart the most? Alam mo ba ang sagot? Wala. Huh? Why? Dahil wala sa kanilang tatlo ang talagang nanakit sa'yo. THE ONE WHO REALLY BROKE YOUR HEART IS YOU. YES CATHERINE, YOU! YOU ALLOWED THOSE THREE HEARTBREAKS TO HAPPEN TO YOURSELF. You saw them coming but you let them happen (worse, thrice!).

• •

Ginawa mo 'yan dahil hindi mo pinakinggan ang sarili mo when you were told na, "'Di pa niya kaya."

• •

Hinayaan mo ang sarili mo na pumasok sa mga relasyon na alam mong hindi naman talaga para sa'yo. Ipinaglaban mo pa, ipinilit at tiniis pero lalo ka lang nasaktan. Ang masakit pa d'yan eh wala naman nagsabi sa'yo na gawin mo ang mga 'yan.

At madaming babae ang ganyan. Minsan sinasabi na ng sarili natin na "pagod na ako," "ayoko na," "suko na ako," "wala na," pero binabalewala lang natin kaya ang ending eh durog na durog na tayo. Your heart would always warn you every time you're crying pero tuloy ka pa din.

Kaya Catherine, don't blame any of those guys. It had always been your decision and choice to date them. Ang lahat ng desisyon mo eh laging may consequences, at ang masakit pa eh ikaw din naman ang laging nabibiktima at nasasaktan, kaya buti tumigil ka na.

• • • • • • • • • • • • • • •

Listen to your heart, baka pagod na siya.
—#AlexAdvice

• • • • • • • • • • • • • • •

And like I said, it's never too late to regain everything you lost and start all over again. JESUS CHRIST WILL RESTORE YOU. Nothing is impossible in Him! Continue your journey. Always be patient. 'Wag ka nang magpapadala sa bugso ng damdamin. Remember: Follow your heart but don't forget to bring your brain with you.

Ang daming nagmamahal sa'yo. Isa na itong nagbabasa ngayon. Magkasama kayo sa journey na ito, so be strong and brave. The search in finding your own joy and peace shall continue on. Good luck!

Love,
Alex

Get Ready, The Right One
Is Right On Track

*"Seek first His kingdom and righteousness,
and all these things will be given
to you as well"—Matthew 6:33*

YOUR NAME ,

First of all, salamat sa pagbili mo ng libro ko. Salamat dahil binigyan mo ako ng chance para kahit papaano eh tulungan ka to put the broken pieces of your heart back together. It is this whole moving on experience that will hopefully bring you closer to a beautiful destination where you can finally meet The One.

I don't believe in the popular saying "It's not about the destination, it's about the journey" though, because, for me, what's more important is the destination. 'Pag may journey ka (and life is a journey), dapat lagi kang may destination. 'Pag lumabas ka ng bahay mo, may pupuntahan ka. Hindi p'wedeng it's just about the journey of getting there, no, kasi kung ganu'n, ano ito paikot-ikot lang (sabi nga ni Coach Sarah)? Nakakapagod 'yun. Sometimes, we question God kung bakit hindi pa n'ya ibinibigay ang The One natin, siguro tayo din mismo ang dahilan nu'n, because we always delay the arrival of our destination. So stop delaying.

Seek your destination. 'Wag kang maghanap ng iba't-ibang journey (e.g. magpapalit-palit ng boyfriend). Kung alam mo na ang destination mo, bakit kailangan mo pang lumiko at mag-U-turn nang mag-U-turn? Naniniwala ako na nalalaman natin through instinct or gut feeling 'pag ipinipilit na lang natin ang isang bagay, so the moment you feel that, you need to let go. IN A RELATIONSHIP, BAKIT BA KAYO BREAK NANG BREAK AT BAKIT KA BA BALIK NG BALIK? EH BAKIT HINDI KA NA LANG KAYA UMUSAD? MOVE FORWARD.

Now, kung bata ka pa at kasalukuyang nababaliw dahil nag-break kayo ng boyfriend mo, 'day, hindi pa talaga s'ya ang para sa'yo. If he's really meant for you, believe me, magmi-meet uli kayo after ilang years 'pag nasa right age ka na. Kaya 'wag mong sabihin sa'kin na 14 years old ka pa lang ngayon eh feeling mo s'ya na ang The One mo!

The Kotse Theory

Para sa mga kabataan, may theory ako na tinatawag kong "The Kotse Theory." Kung ang isang five-year-old son eh binigyan ng kotse ng dad n'ya as a gift, kahit gaano pa ka-precious ang kotse, magiging balewala lang kasi 'di pa naman ready ang bata na gamitin 'yun. Hindi pa tama ang timing ng pagkakabigay sa kanya kaya hindi din n'ya ma-e-enjoy, at kung ipilit n'ya pang gamitin eh p'wede pa s'yang mapahamak—lalo na dahil hindi pa din naman s'ya p'wede magkaroon ng Driver's License. Pero kung maghintay ang tatay na ibigay 'yun sa anak n'ya after 15 o 20 years, then may silbi na ang kotse kasi mas ma-e-enjoy, ma-a-appreciate, at magagamit na n'ya. Same dad, same son, same car—the only difference is the timing. Ang meaning lang nito ay may mga bagay talaga na dapat ibinibigay sa'tin only when we reach a certain level of maturity, so we can handle things better. So just wait for the right timing kasi kahit gaano kaganda ang isang blessing (a.k.a. The One), kung hindi ka pa ready tanggapin 'yun, makakasakit o masasaktan ka lang.

IN THE PROCESS OF FINDING THE ONE, I SALUTE ALL girls who chose to be single and are single by choice—especially those who chose to be single because they know their worth and are waiting for the worthy person who's really meant for them. For me, 'yung mga ganito ang bravest women ever. Kapag nakapag-decide ka na makikipaghiwalay ka na, na magiging single ka muna, at hihintayin mo patiently si The One, you are in my heroic list. Haha.

> *Naiinis ako sa mga babaeng duwag na ayaw harapin ang kanilang pagiging single dahil lang takot silang mag-isa.*

Always have faith in God because He will take care of you, and FAITH stands for "Full Assurance in the Heart," sabi nga sa isang Victory service. It may seem na parang wala namang nangyayaring progress sa'yo but no, hindi ka bibigyan ng trial o pain ni Lord kung wala s'yang nakalaan na maganda para sa'yo. Sabi sa James 1:3, "Because you know that the testing of your faith produces perseverance." Be delighted 'pag binibigyan ka ng trials ni Lord kasi it means He is testing your faith and strengthening you.

Dapat ma-realize mo na baka kaya hindi pa ibinibigay sa'yo ni Lord ang The One eh dahil hindi ka pa talaga ready. Maging happy ka na single ka and that you're alone right now, because God is molding and preparing you. Hindi natin alam kung kailan dadating si The One, or kung dadating ba talaga siya. Iba-iba ang kapalaran natin. We just have to wait. AND WHILE WAITING, WE SHOULD ENJOY AND LIVE EVERY MOMENT WITH JOY IN OUR HEARTS. Remember, God is never late but He's also never in a hurry. Always trust in God's timing. I don't know what your love story will be, but if you just wait, I know it will be the best love story ever for you.

Sana ma-realize mo din na hindi lang isang tao ang nagpapasaya at nagmamahal sa'yo, madami silang nakapalibot sa'yo. Kaya kung tutuusin, ang pagkawala ng boyfriend mo ay hindi mo dapat masyadong dibdibin.

• •

Ang isang hindi kadagdagan ay never din naman magiging kabawasan. Kung wala din naman talagang naitutulong sa'yo 'yung guy na 'yan, what's the point in having him around? Don't let another blind person lead you in your journey or destination.—#AlexAdvice

• •

Gusto kong makita kang tumatawa, na may joy sa puso mo dahil masaya ka kung paano ka ginawa ni Lord...MASAYA KA KUNG SINO KA, MASAYA KA SA PAMILYA MO, MASAYA KA SA FRIENDS MO, MASAYA

KA SA STATUS MO—AT HINDI LANG DAHIL MERONG ISANG TAO NA NAGDIDIKTA KUNG ANO DAPAT ANG IKAKASAYA MO.

Ngayon na na-realize mo na (hopefully) that you really have to know yourself first, dapat alam mo na din na you don't need to change yourself for someone to like you or for your relationship to work. When you've changed for the better, continue to change for the best.

> *Change for yourself, for your own maturity and betterment, with the help of God and not with the help of other people—#AlexAdvice*

Whatever you've been through, I want you to *not* regret it anymore. And'yan si Lord for you. He will never condemn you. Nothing is impossible with God so He can restore everything you've lost in your past relationship/s—as in everything, so don't worry. Totoo naman 'yung everybody deserves a second chance. Kahit ilang chances pa 'yang napagdaanan mo (ako nga umabot sa third chance), with Him, you can always start from scratch, you can always start all over again. But this time, make sure you do it the right way.

If you have doubts ('pag may more than 5% doubt ka), and if ang decision mo eh ayaw mong ipagsabi sa ibang tao, 'wag mo na ituloy na gawin, kasi I'm pretty sure na mali 'yan. Kung tingin mo tama ang mga ginawa mo (e.g. nakipag-one-night stand or nag-drugs ka), sige nga, try mo gawin 'yung mga 'yan sa gitna ng kalsada! 'Pag hindi mo nagawa, ibig sabihin, mali. 'Pag may hesitation ka sa puso mo, always reassess yourself and proceed with doing things you're sure will lead you to your rightful destination.

Now that you've read my book, I hope you won't just jump into any decision anymore. INSTEAD, LOOK FOR THE GREATEST LOVE STORY THAT GOD WROTE FOR YOU. Ang sarap ng feeling at mas nakaka-inspire kasi 'pag Siya na ang hinayaan mo magsulat ng love story mo, because you wouldn't feel unwanted, you wouldn't feel any regret, you wouldn't feel you're an option, you wouldn't feel na hindi ka at your best.

• •

If you think you'll be ashamed of what you're going to do, or if you think you're not going to be proud about it, then don't do it—#AlexAdvice

• •

Now, if after reading this book, you still want to continue dating around, go ahead, but just know your limits. Hindi naman kita mapipigilan gawin ang gusto mo kasi libro lang ito. Hindi naman kita mapipigilan lumabas ng bahay at makipag-date. Pero just always keep in mind your standards, kasi whatever you do or say, it will always affect who you're going to be in the future. Kung ayaw mo makinig sa'kin, just be careful, and for the love of Christ, stop hurting yourself. 'Wag na tayo ma-heartbroken kasi ang sakit. At mas masasaktan ako 'pag meron ka nitong libro ko tapos maha-heartbroken ka na naman.

I've also just started to know the truth and open my eyes to the wonders or advantages of singlehood. Ang wish ko is for you to be single for now, so you can give yourself some space and time to seek who God really wants you to be and who He wants you to be with.

And now that you have my book, I'm 100% assuring you that we are together in this journey. Itong book ay ginawa ko for you to be strong, for you to choose what the best for you is. Ang gusto ko, after mong basahin ang libro ko, kung heartbroken ka man ngayon, sana eto na ang last time na ma-e-experience mo 'yan. And if you don't have parents, siblings, or friends to turn to during this difficult phase in your life, always remember you have God...and you have me and this book. So, see you sa next book. #Soon

Love,
Alex

Do This!

Go back to the page I asked you to fold (the page where I asked you to write the "Craziest Things I Ever Did For Love"). Basahin mo uli ang mga isinulat mo du'n and promise yourself that those will be the last craziest things you'll ever do for love. Tear that page. Throw it! Burn it! Erase those things forever. Now it's forgotten, so you don't need to be embarrassed about them anymore.

thank you

Lord God, thank you for everything. I know the pains You've experienced are worse than mine, so I'll always let Your will be done in my life. I declare victory for this book with Your grace and guidance in Jesus' name. To God be all the glory!

Sir Gabby Lopez, Ma'am Charo Santos-Concio, Ma'am Cory Vidanes, thank you po for the opportunities you've been giving me and for letting me do this book! I'll be forever grateful po sa inyo! And I'm sooo happy na kayo na po ang aking mga bosses! *PS: Matuloy na po sana ang coffee natin, kahit sa café na lang ng ABS-CBN, miss ko na kayo ka-chikahan (hahaha paano?!).*

Sir Ernie Lopez and Sir March Ventosa, thank you for letting ABS-CBN Publishing publish my book. I never thought I will be part of a publishing company. Thank you from the bottom of my heart!!!

Direk Laurenti Dyogi, thank you sa lahat, direk. Sana p'wede ko na po kayong matawag na "lolo." Gagayahin ko na ang mga ate, pero nasha-shy ako. Pilitin niyo po sana ako. Hehe.

Ms. Mariole Alberto and Mr. Johnny Manahan, talaga nga namang ang pagiging author ay napatunayan na at salamat po ng sobra sa pagkagat ng idea ko. Mula sa factors to consider to the journey of finding The One suggestions ko. So far, isa po ito sa mga pinakamagaling ninyong napagdesisyunan hahaha! Super thank you po talaga for believing in my "AUTHOR-itism" (Paano?! Nakagawa pa ako ng sariling salita. Yaaay!!!) Confident po ako dahil kayo ang nag-support sa'kin as an author. Thank you!

Ms. Malou Santos, thank you po in advance dahil gagawin ng Star Cinema na movie ang book ko. Sa inyo ko lang po ibibigay ang rights, don't worry (hahaha)! Sorry na din po kung nangunguna ako. Hehe.

Sir Mark Yambot, the first meeting we had, when I was telling you about my book, I saw how interested and positive you were about it. So thank you po for welcoming me in API. Thank you for believing in this book. Now nag-materialize na siya. More books to come ☺

Alex and Grace (the Ateam), sorry nakaabala ako sa first year ng married life ninyo hehehe. This book will be your first baby. Alex, thank you for calming me nu'ng time na nagpa-panic ako and showing up sa lahat ng meetings (or no choice ka lang kasi asawa mo na si Grace hehehe). GRACE!!! Grabe!!!! This book will never flourish without you. We both made this book. Thank you for spending time with me and listening to my insights and "wisdom". Sa lahat ng replies and sagot mo sa late nights calls and texts ko, salamat. Ikaw ang naging love life ko. Ninang ako ng second baby niyo ('yung human na). I know magsasama pa tayo ng matagal. Matakot na sa'tin si E.L. James and J.K. Rowling!

Mommy Kate Pepito, salamat sa lahat kahit nape-pressure kita lagi at kahit 'di mo ako favorite! Haha. I love you more because of all the conflicts and problems we shared together.

Ate Tey Mariano and Gay, ang hirap ng trabaho n'yo lalo na sa'kin dahil ang dami kong requests. Thank you for literally being one text and call away! Love you guys.

Mommy and daddy, hindi thank you ang gagawin ko kundi sorry kasi malalaman niyo ang mga pagtakas ko noon. Well, tama talaga si Lord dahil hindi ako nakinig sa inyo kaya nasaktan lang ako, so now I really know you just want the best for me. Thank you for being the parents ate and I needed. I really mean it when I now say I really need and want you both na magpa-involve in my life. Thank you for instilling in me my faith which helped me to realize so many things, and kahit matanda na kayo, never kayo napagod i-guide kami ng ate sa lahat ng mga bagay. Tipints and buns rock!!! I love you and I'll forever try to obey and make you proud!

Ate, I'm so happy with the relationship we have as sisters especially now. Magagalit ang mami pero ikaw ang pinakamalaking influence sa'kin. Every decision I make in life, I will always share with you. Thank you for being the best ate anyone could ever have. Thank you for being so positive about this book. The moment I saw your excitement with this book, I knew this was really happening kasi approved mo! Aside from the Foreword, you contributed a lot in this book dahil ang dami ko natutunan sa'yo sa buhay lalo na sa love life. Most of what I believe in now is because of all your sermons to me! I love you ate! You are my best friend and no one could ever replace you. No one, sissums! Anyway, 'wag ka sana maiinggit na may book ako, dadating din sa'yo 'to, tiyaga lang siguro.

Katz and Bim, I have you guys for years, and I never realized before na kayo lang pala eh enough na to make my free days fun and complete. Thank you for accepting and loving everything about me. Super thankful ako kay Lord na kayo ang mga naging kaibigan ko. Thank you for being my sisters, FANS (haha), defenders, best friends, boyfriends, girlfriends. I'm such a spoiled friend sa inyo! I LOVE YOU! Kayo ang pure love ko, alam ko kokota ako sa tears sa inyo! Hehe TGIS forever!!!! #dreamfriends #sulit #igersforever

Jean, we've been through a lot. From my first boyfriend to the third, you have always been there to pick me up. Grabe, naiiyak ako 'pag naiisip ko ang pinagdaanan natin, and now we both know kaya na natin talaga ang lahat. Thank you for always listening to my nonsense babbling. You are the perfect partner for me! Dati iniiyak lang natin, ngayon libro na siya, bes!!! You'll always be a sister and a partner for me forever dahil ang dami mo alam na mga nakakahiya kong pinaggagawa haha. I love you bes, and I wish you all the joy and happiness in the world! Top of the wheel na tayo!!! Isang salita lang para sa'yo: SALAMAT. #bahalana. Dianne Medina and Janna Pablo, thank you for being there for me always.

Kim Chiu and Heart Evangelista, thank you dahil 'di kayo nag-dalawang isip magbigay ng advice agad nu'ng nalaman ninyo na gumagawa ako ng book, kahit nasa party pa tayo nu'n. Salamat, touched ako.

Pinoy Big Brother family especially kay Mama Bear, Sir Raymond, ate Jovy, Kuya Ron, ate Justine. When I was making this book and trying to kill time 'pag tengga ako, kahit 'di na ako housemate at busy kayo sa work niyo, you would always welcome me sa office n'yo except sa MCR. Sana ipakita n'yo na sa'kin si Kuya kung may natitira pa sa inyong awa. (At nabanggit ko sa inyo itong acknowledgment kaya no choice ako but isali kayo, hehehe joke). Love you guys!!!

Bessie Redd Paule! Talaga nga naman wala na atang tumagal sa two weeks pagdating sa love life kaya naman patuloy ang pagiging single, at 'di maikukundina narito panoorin n'yo. Para atang 'di tama ayyy! Pakibilisan pleshh. Wala na 'to. Uuussshhhhhh. Salamat pa din. Paanooo aaawww ang sweet, ang kokorni niyo. (Gets mo 'yan). Love you. Nag-iisa kong bessie kahit may pagkukulang ka. Haha. Ikaw lang ang nagpapatawa sa'kin sa trabaho lalo na sa umaga.

Albert Kurniawan, thank you for always making me look like a Barbie kahit minsan sa murang halaga lang. Thank you for doing my makeup for the cover of this book. Salamat mama!! Love kita!

AJ Alberto, thank you AJ for never charging me with your professional fee. Hehe. Thank you for styling me for the cover of this book! You're more than a stylist and friend to me and ate. Love you curl!

Mercy and Daboy—Merceh and Daboy Bilesh! Thank you nagtatagal kayo sa'kin. Kayo talaga ang nakaka-witness sa lahat ng pinagdadaanan at mood swings ko kaya sorry na din sa pag-a-adjust n'yo sa'kin. Love ko kayo! I can't pass a day without seeing the two of you dahil everyday din naman talaga tayo magkakasama.

And to my other friends and coworkers, 'di ko na kayo maiisa-isa pero kilala niyo kung sino kayo. Kung true friends ko kayo, 'di kayo magtatampo. Hehe. Thank you for everything.

My family, thank you for everything also and having the same blood as mine! Haha. Love you all! Family is forever.

To my fans sa Instagram and Twitter followers, thank you for being excited when I tweeted about this book the first time. I felt your overwhelming support right away. Thank you for being there. Sana matagal tayo lahat na magsasama-sama, sabi nga nila #walangiwanan. Love you all!

Readers, if you're not my fan and you just happen to really like the book, thank you for buying this book and reading until here. I hope it will help you, and I promise you, wherever and whenever you see me and you happen to have this book with you, you can approach me anytime and ask for advice! Whatever you're going through, KAYA MO 'YAN! Ate Cathski will always be here for you. Sabay natin hintayin ang pagdating ni The One. Protect your heart, please?! Make Jesus Christ your boyfriend first.